ਗਲੋਬਲ ਪੰਜਾਬੀ

Global Panjabi

ਪੁਸਤਕ ੧
Book 1

ਲੇਖਕ

ਸੰਤੋਖ ਸਿੰਘ ਸਰਾਂ

Santokh Singh Saran

Chief Examiner for GCSE Panjabi, London Examination Board, (1991-1993)
Co-ordinator Tricentenary Celebrations of the Khalsa, 1999)
Advisory Teacher for Panjabi, Birmingham (1985-1992)

Revised 2nd edition 2006

DTF Publishers and Distributors

117 Soho Road, Handsworth, Birmingham B21 9ST, UK

FOREWORD

This book has been written with a view to enriching the existing material for the teaching of Panjabi in schools and other institutions where the teachers wish to use students' experience of using English as their language. The writer has limited the use of English for the learning of Panjabi at this early stage. Continuous use of Roman or any other script is detrimental to the whole idea of inculcating self-esteem and pride in the students. However, the use of translation and interpretation as a strategy is both fun and productive. Many other writers have also made commendable contributions in this field and deserve to be congratulated for their efforts.

Many of the Roman phonemes used for the English language are only approximately equivalent to the Gurmukhi phonemes, therefore pairs of Roman letters have been used to represent Gurmukhi phonemes. Any phonological problems, therefore, should be tackled at an early stage. It will require a good deal of practice in listening to, and distinguishing from, words with similar sounds. There is scope for 'look and say' as well as bilingual methodology. Use of flash cards and matching words with pictures is strongly recommended at early stages of teaching/reading.

Before embarking on the teaching of Panjabi it is important to give the students a taste of spoken Panjabi in social and perhaps religious environments. Learning true Panjabi, undiluted by excessive cross cultural fusion (as in some modern songs and films), will enable more effective access to the rich cultural heritage of Panjabis living in and outside Panjab. An attempt to read *Gurbani* through scripts other than Gurmukhi is self-defeating.

The self-esteem of Sikhs and Panjabi people has been enhanced by the recognition of Panjabi as an equivalent to other foreign languages in many countries, as well as by its status as a second language in some countries. In addition, the military, engineering, and humanitarian achievements of the Sikhs are now being taught in many schools in France, England and Panjab.

It is this pride in Panjabi heritage that is a prerequisite to the effective performance of Panjabis on the global stage.

Birmingham, U.K.
1 January 2004

Santokh Singh Saran

2

Notes for Teachers and Students.

Although `Global Panjabi' has been written for the purpose of teacher-assisted learning, it will be found useful by those who are exposed to listening and speaking the language within their social and/or religious environment and are interested in learning Panjabi for themselves. The following points should be borne in mind:

1. Gurmukhi Script is the most suitable script for writing Panjabi. There are only 35 letters to recognize. 5 of these are used to denote further 5 sounds by using dots under them. There are 10 vowels including the invisible `mukta'. You do not have to use pairs of letters to represent the code of a single sound, e.g., /ਚ/ denotes the sound made by /c/ and /h/ in children.

2. Comparing Panjabi sounds with English or any other language is useful up to a point but cannot be relied upon in all cases. For example the sound represented by /c/ is equivalent to last /ch/ in church but approximately equivalent to first /ch/ in church as it is slightly aspirated. We have aspirated phonemes in Panjabi, e.g., /ਖ/; /ਛ/; /ਠ/; /ਥ/; ਫ/ but these are strongly aspirated and there are no equivalents for them in English. Those trying to use scripts other than Gurmukhi for writing equivalents of /ਘ/; /ਝ/; /ਢ/; /ਧ/; /ਭ/ have not succeeded because their equivalents are close to /ਕ/; /ਚ/; /ਟ/; /ਤ/; /ਪ/ respectively when pronouncing these sounds with a low tone. No wonder students learning Panjabi as a second language tend to pronounce and spell ਘਰ, ਝੰਡਾ, ਢੋਲ, ਧਰਤੀ, ਭਰਾ as ਕਰ, ਚੰਡਾ, ਟੋਲ, ਤਰਤੀ, ਪਰਾ respectively. Some practice in terms of low, level and high tone words may be found useful, e.g., ਘੋੜਾ, ਕੋੜਾ, ਕੋੜ੍ਹਾ ਢੋਲ, ਟੋਲ, ਟੋਲੂ ਘੜੀ, ਕੜੀ, ਕੜ੍ਹੀ

3. The difference between /ਟ/ and /ਤ/ is to be understood in terms of the position of the tongue. In the case of /ਟ/ the tongue, with a little curl strikes the hard palate but in the case of /ਤ/ it touches the back of the upper front teeth. The difference between /ਠ/ and /ਥ/; /ਡ/ and /ਦ/; and /ਢ/ and /ਧ/ is similar.

4. For understanding the difference between /ਰ/ and /ੜ/ it is important to bear in mind that /ਰ/ approximates to /r/ in `run' but not in `her', and unlike in English it is pronounced clearly wherever it occurs, even after the vowels. There is no equivalent sound for /ੜ/ in English but it can be pronounced in the same way as /ਰ/ while curling the tongue and hitting the hard palate. In other words its sound is a mixture of /r/ and /d/, as in bird.

5. /ਬ/ is equivalent to /b/ in English while /ਵ/ lies between /w/ and /v/ and can be pronounced by releasing your breath through lips.

6. Out of the five consonants with dots /ਸ਼/ and /ਗ਼/ have no equivalents in English. These are used in words adopted from the Persian language. Panjabi speakers tend to pronounce them in the same way as /ਸ/ and /ਗ/ respectively. Urdu and Persian speakers used to fricative sounds find these sounds easier to pronounce.

7. The difference between /ਨ/ and /ੜ/ (two of the five nasal sounds) can best be appreciated by pronouncing the former with the tongue under the hard palate whereas to pronounce /ੜ/ you will need to curl the tongue and touch the hard palate without holding the breath. /ੜ/ has no equivalent in English but it can be learnt with some practice. There are no words that begin with /ੜ/, /ਝ/, /ੜ/ and /ਤ/. /ਮ/ is another nasal sound. It is equivalent to /m/ in English and causes no problem. However wherever you feel the need for adhak (˘) on top of the letter preceding /ਮ/ or /ਨ/ write tippee (ˆ) instead. /ੲ/ and /ਝ/ are two more nasal consonants and have no equivalents in English. These are rarely used.

8. The first three letters are vowel sign carriers. All characters in the rest of the alphabet are consonants. The way /ੳ/, /ਅ/ and /ੲ/ share the use of 10 vowel sign is as follows:

    ਅ   ਆ   ਇ   ਈ   ਉ   ਊ   ਏ   ਐ   ੳ   ਔ

    Please note: *Mukta* followed by ਅ is invisible. It is equivalent to u in gun, o in son, e in her or `i' in sir. Its presence is assumed in all letters of the alphabet apart from /ੳ/ and /ੲ/ implying that all consonants as well as /ਅ/ are syllables. However the last consonant of any word is not preceded by the invisible *mukta*.

9. The reason for introducing the auxiliary signs *adhak* (˘) and (˚) at an earlier stage of learning is to offer a further choice of vocabulary designed to reinforce the learning and recognition of all letters of the alphabet which is essential for the foundation stage. The third auxiliary sign *bindee* (˙) is introduced at a much later stage as it is used in combination with some other vowel symbols. For the purpose of using the dictionary the order of these signs is ignored.

10. For developing writing skills a separate work book has been designed which if used as a complement to this book will prove very useful.

    Thank you for the attention you have given to this book. Any suggestions will be most welcome.

                                                                                          Santokh Singh Saran

ਅੱਖਰ ਮਾਲਾ (Alphabet)

ੳ	u	ਊੜਾ	oordaa	ਉਨ	unn	
ਅ	a	ਐੜਾ	aerdaa	ਅੰਗੂਰ	angoor	
ੲ	e	ਈੜੀ	eerdee	ਇੱਟ	itt	
ਸ	S	ਸੱਸਾ	Sassaa	ਸੱਪ	sapp	
ਹ	H	ਹਾਹਾ	Haahaa	ਹੱਥ	hath	

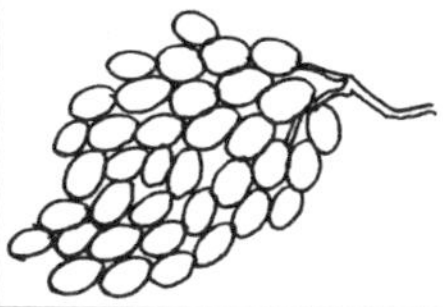

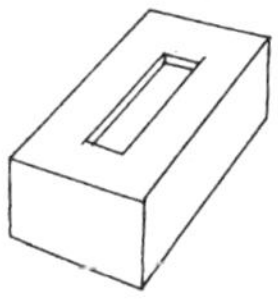

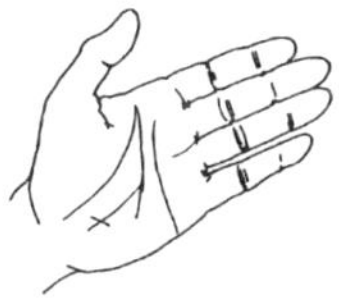

ਕ	K	ਕੱਕਾ	Kakkaa	ਕੱਪ	cup	
ਖ	Kh	ਖੱਖਾ	Khakhaa	ਖੰਡਾ	Khanda	
ਗ	G	ਗੱਗਾ	Gaggaa	ਗਾਜਰ	gaajar	
ਘ	Gh	ਘੱਗਾ	Ghaggaa	ਘੋੜਾ	ghorda	
ਙ	nG	ਙੰਙਾ	ngangaa	ਵੰਙਾ	vangaan	

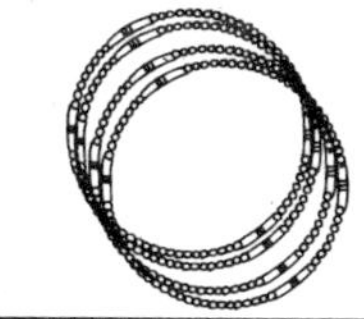

ਚ	Ch	ਚੱਚਾ	CHaCHaa	ਚਾਬੀ	chaabee	
ਛ	CHh	ਛੱਛਾ	ChhaChhaa	ਛਤਰੀ	chhatree	
ਜ	J	ਜੱਜਾ	JaJaa	ਜੱਗ	jug	
ਝ	Jh	ਝੱਜਾ	Jhajja	ਝੱਗਾ	jhaggaa	
ਞ	nY	ਞੰਞਾ	nYanYaa	ਇੰਞਨ	engine	

ਟ	T	ਟੈਂਕਾ	TainKaa	ਟੈਲੀਫੋਨ	telephone	
ਠ	Th	ਠੱਠਾ	ThaThaa	ਠੋਡੀ	thodee	
ਡ	D	ਡੱਡਾ	DaDDaa	ਡੱਡੂ	daddoo	
ਢ	Dh	ਢੱਡਾ	DhaDhaa	ਢੋਲ	dhol	
ਣ	Nh	ਣਾਣਾ	NhaaNhaa	ਪੋਣੀ	ponhee	

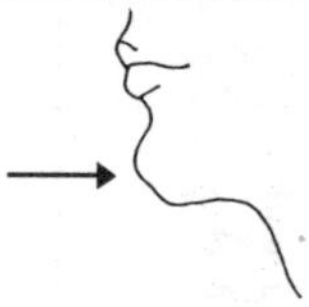

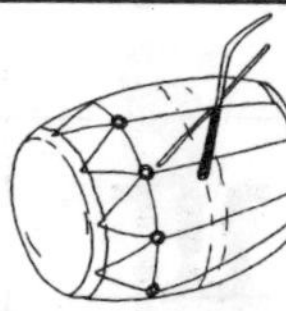

ਤ	T	ਤੱਤਾ	TaTTaa	ਤੰਬੂ	tamboo	
ਥ	Th	ਥੱਥਾ	ThaThaa	ਥਣ	thanh	
ਦ	D	ਦੱਦਾ	DaDDaa	ਦੰਦ	dand	
ਧ	Dh	ਧੱਦਾ	DhaDhaa	ਧਾਗਾ	dhaagaa	
ਨ	Nn	ਨੱਨਾ	NnaaNnaa	ਨੱਕ	nakk	

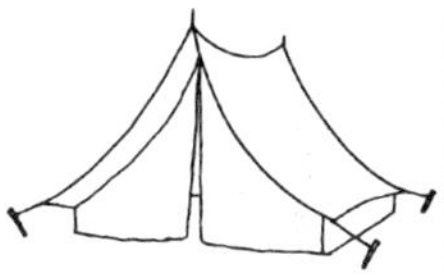

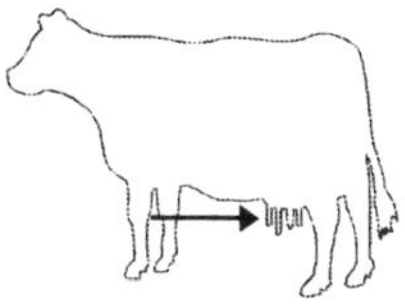

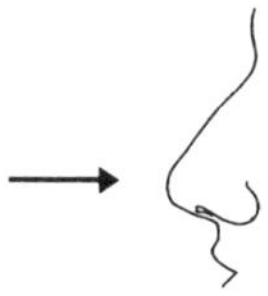

ਪ	P	ਪੱਪਾ	PaPPaa	ਪੈਰ	paer	
ਫ	Ph	ਫੱਫਾ	PhaPhaa	ਫਲ	phal	
ਬ	B	ਬੱਬਾ	BaBBaa	ਬਿੱਲੀ	billee	
ਭ	Bh	ਭੱਬਾ	BhaBhaa	ਭੇਡ	bhaid	
ਮ	M	ਮੱਮਾ	MaMMaa	ਮੋਰ	mor	

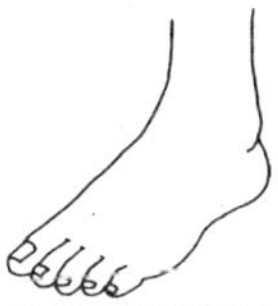

ਯ	Y	ਯੱਈਆ	YaYYaa	ਯੱਕਾ	yakkaa	
ਰ	R	ਰਾਰਾ	RaaRaa	ਰਿੱਛ	richh	
ਲ	L	ਲੱਲਾ	LaLLaa	ਲੱਤ	latt	
ਵ	V	ਵਾਵਾ	VaaVaa	ਵਾਲ	vaal	
ੜ	Rd	ੜਾੜਾ	RdaaRdaa	ਘੜੀ	ghardee	

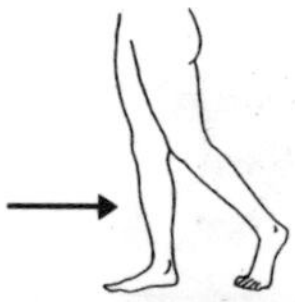

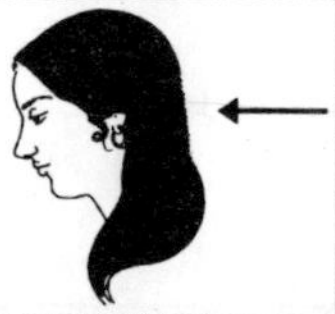

ਸ਼	Sh	ਸ਼ਸ਼ਾ	ShaShaa	ਸ਼ੇਰ	shair	
ਖ਼	Kh	ਖ਼ਖ਼ਾ	KhaKhaa	ਖ਼ਰਬੂਜਾ	kharboozaa	
ਗ਼	G	ਗ਼ਗ਼ਾ	GaGaa	ਗ਼ੁਬਾਰਾ	gubaaraa	
ਜ਼	Z	ਜ਼ਜ਼ਾ	ZaZaa	ਜ਼ੰਜ਼ੀਰੀ	zanzeeree	
ਫ਼	F	ਫ਼ਫ਼ਾ	FaFaa	ਫ਼ੁਟਬਾਲ	football	

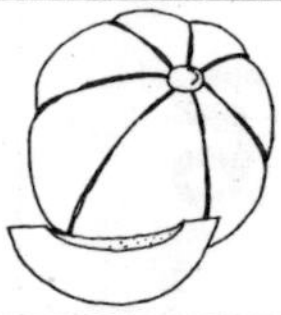

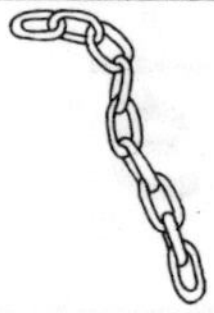

ੳ	ਅ	ੲ	ਸ	ਹ
ਕ	ਖ	ਗ	ਘ	ਙ
ਚ	ਛ	ਜ	ਝ	ਞ
ਟ	ਠ	ਡ	ਢ	ਣ
ਤ	ਥ	ਦ	ਧ	ਨ
ਪ	ਫ	ਬ	ਭ	ਮ
ਯ	ਰ	ਲ	ਵ	ੜ
ਸ਼	ਖ਼	ਗ਼	ਜ਼	ਫ਼

ਭੁਲਾਵੇਂ ਅੱਖਰ

ਹ	ਰ	ਗ	ਮ	ਸ
ਟ	ੲ	ਫ	ਣ	ਝ
ਪ	ਖ	ਧ	ਥ	ਘ
ਤ	ੜ	ੳ	ਭ	ਡ
ਦ	ਚ	ਢ	ਜ	ਛ
ਨ	ਠ	ਲ	ਵ	ਞ
ਕ	ਙ	ਅ	ਯ	ਬ

ਪਾਠ ੧ ਮੁਕਤਾ

(Mukta = a, means No Vowel Symbol but is equivalent to u in bulb, e in her or o in son, we will use `a' to denote its equivalent)

(A) Write the following letters in alphabetical order,

ਫ ਸ ਘ ਰ ਬ ਕ ਮ ਟ ਪ ਲ ਸ਼ ਤ ਦ ਚ ਨ ਭ ਅ

(B) Write in your exercise books the equivalents of the following words from the list, given in Panjabi, below : house, button, nurse, ten, bus, fruit, wheat, road, church, cucumber.

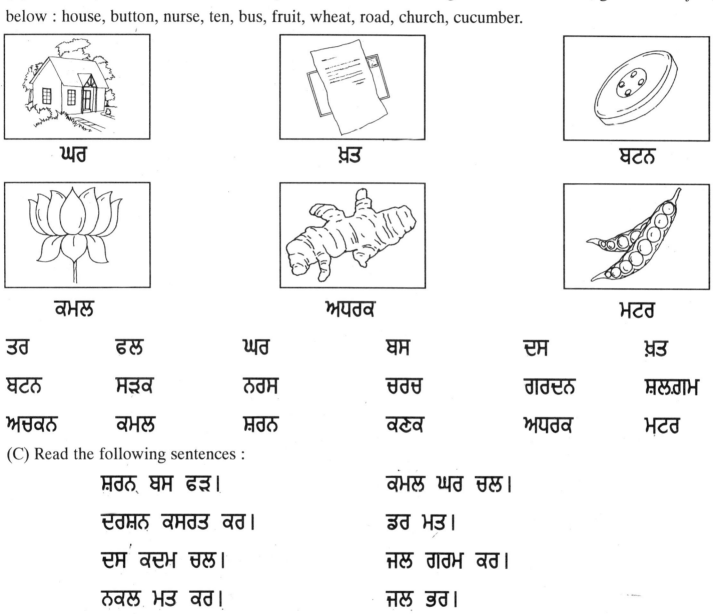

ਘਰ

ਖ਼ਤ

ਬਟਨ

ਕਮਲ

ਅਧਰਕ

ਮਟਰ

ਤਰ	ਫਲ	ਘਰ	ਬਸ	ਦਸ	ਖ਼ਤ
ਬਟਨ	ਸੜਕ	ਨਰਸ	ਚਰਚ	ਗਰਦਨ	ਸ਼ਲਗਮ
ਅਚਕਨ	ਕਮਲ	ਸ਼ਰਨ	ਕਣਕ	ਅਧਰਕ	ਮਟਰ

(C) Read the following sentences :

ਸ਼ਰਨ ਬਸ ਫੜ। ਕਮਲ ਘਰ ਚਲ।

ਦਰਸ਼ਨ ਕਸਰਤ ਕਰ। ਡਰ ਮਤ।

ਦਸ ਕਦਮ ਚਲ। ਜਲ ਗਰਮ ਕਰ।

ਨਕਲ ਮਤ ਕਰ। ਜਲ ਭਰ।

(D) Translate the following sentences into Panjabi :

1. Kamal, go home.
2. Sharan, catch the bus.
3. Do not be scared.
4. Heat the water.
5. Do not copy.

ਪਾਠ ੨ ਅੱਧਕ

Adhak (not a vowel symbol) is used to put stress on the letter it is written over, e.g,

ਟਰੱਕ (truck),   ਪਲੱਗ (Plug)

(A) Write in your exercise books the equivalents of the following Panjabi words :
Tub, roof, snake, eye, jug, nose, turban, seven, cloud, hand.

ਜੱਗ

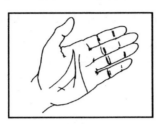
ਹੱਥ

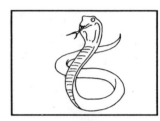
ਸੱਪ

ਅੱਖ

ਟੱਬ

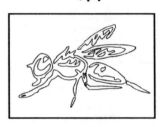
ਮੱਛਰ

| ਟੱਬ | ਜੱਗ | ਹੱਥ | ਕੱਪ | ਨੱਕ | ਸੱਪ | ਅੱਖ | ਬੱਦਲ |
| ਟੱਲ | ਛੱਤ | ਪੱਗ | ਅੱਠ | ਸੱਤ | ਪੱਤਰ | ਮੱਛਰ | ਘੱਟ |

(B) Read the following sentences :

ਜੱਗ ਭਰ।   ਹੱਥ ਫੜ।

ਸੱਪ ਵਲ ਤੱਕ।   ਬੱਸ ਕਰ।

ਪੱਗ ਰੱਖ।   ਨੱਚ ਟੱਪ।

ਸੱਤ ਕੱਪ ਭਰ।   ਮੱਖਣ, ਭੱਜ ਚਲ।

ਬਕ ਬਕ ਮੱਤ ਕਰ।   ਖ਼ਰਚ ਘੱਟ ਕਰ।

(C) Translate the follwing into Panjabi :

1. Stop it.   2. Fill in the jug.
3. Dance and jump.   4. Look at the sanke.
5. Spend less.   6. Stop talking nonsense.

ਪਾਠ ੩ ਟਿੱਪੀ ੰ

ਟਿੱਪੀ (Tippee) - Tippee is a nasal sound equivalent to `n' in ring, sung or `m' in bumper)

ਅੰ ਕੰ ਖੰ ਜੰ ਚੰ ਟੰ ਪੰ ਦੰ ਨੰ ਤੰ ਪੰ

(A) Write the equivalents of the following words in Panjabi :
Teeth, colour, five, moon, sugar, kite, throat, mango,

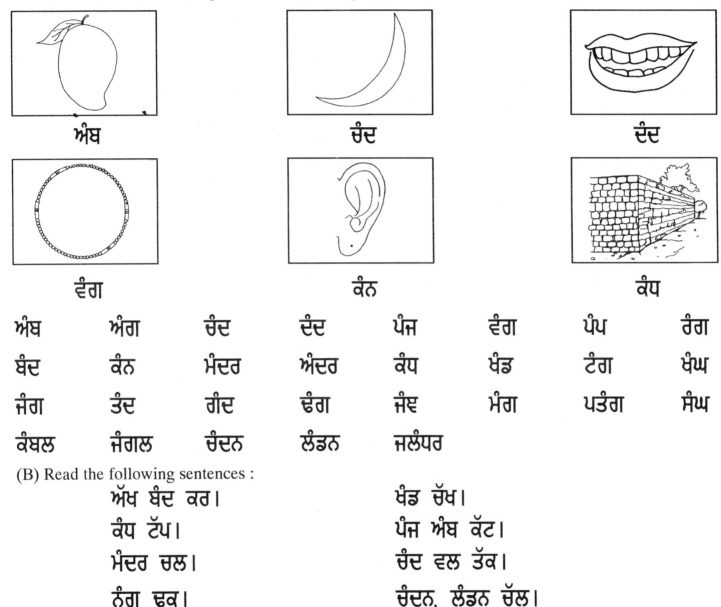

ਅੰਬ

ਚੰਦ

ਦੰਦ

ਵੰਗ

ਕੰਨ

ਕੰਧ

ਅੰਬ	ਅੰਗ	ਚੰਦ	ਦੰਦ	ਪੰਜ	ਵੰਗ	ਪੰਪ	ਰੰਗ
ਬੰਦ	ਕੰਨ	ਮੰਦਰ	ਅੰਦਰ	ਕੰਧ	ਖੰਡ	ਟੰਗ	ਖੰਘ
ਜੰਗ	ਤੰਦ	ਗੰਦ	ਢੰਗ	ਜੰਞ	ਮੰਗ	ਪਤੰਗ	ਸੰਘ
ਕੰਬਲ	ਜੰਗਲ	ਚੰਦਨ	ਲੰਡਨ	ਜਲੰਧਰ			

(B) Read the following sentences :

ਅੱਖ ਬੰਦ ਕਰ।
ਕੰਧ ਟੱਪ।
ਮੰਦਰ ਚਲ।
ਨੰਗ ਢਕ।

ਖੰਡ ਚੱਖ।
ਪੰਜ ਅੰਬ ਕੱਟ।
ਚੰਦ ਵਲ ਤੱਕ।
ਚੰਦਨ, ਲੰਡਨ ਚੱਲ।

(C) Translate the following in Panjabi :

1. Cut five mangoes.
2. Jump over the wall.
3. Look at the moon.
4. Close your eye.
5. Go to the temple.
6. Chandan, go to London.

ਪਾਠ ੪ ਕੰਨਾ (ਾ)

Kanna (=aa) : This symbol is equivalent to 'a' in car or in father.

ਕਾ ਹਾ ਗਾ ਫਾ ਲਾ ਵਾ ਜਾ ਨਾ ਪਾ ਮਾ ਲਾ ਤਾ ਢਾ

(A) Write the equivalents of the following words in Punjabi :

carrot, four, ship, wire, harmonium, gate, shield, necklace, ocean, car, box, right, left, cardboard, hot.

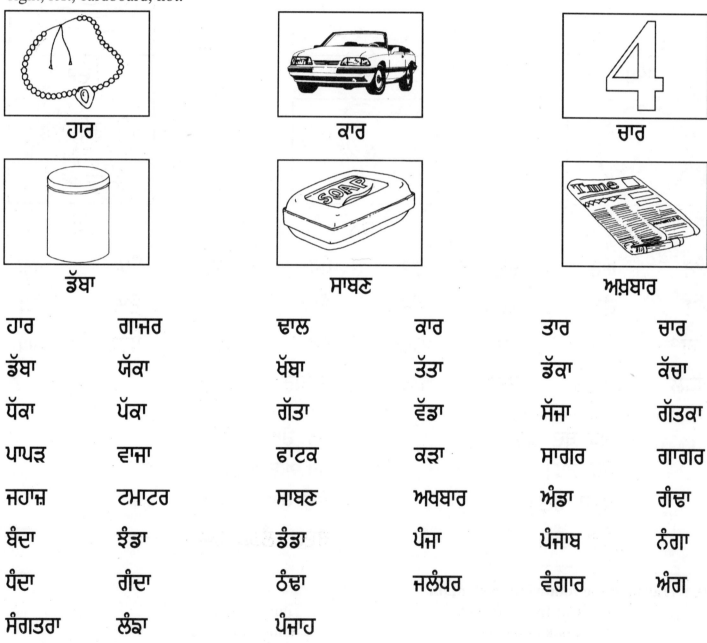

ਹਾਰ

ਕਾਰ

ਚਾਰ

ਡੱਬਾ

ਸਾਬਣ

ਅਖ਼ਬਾਰ

ਹਾਰ	ਗਾਜਰ	ਢਾਲ	ਕਾਰ	ਤਾਰ	ਚਾਰ
ਡੱਬਾ	ਯੱਕਾ	ਖੱਬਾ	ਤੱਤਾ	ਡੱਕਾ	ਕੱਚਾ
ਧੱਕਾ	ਪੱਕਾ	ਗੱਤਾ	ਵੱਡਾ	ਸੱਜਾ	ਗੱਤਕਾ
ਪਾਪੜ	ਵਾਜਾ	ਫਾਟਕ	ਕੜਾ	ਸਾਗਰ	ਗਾਗਰ
ਜਹਾਜ਼	ਟਮਾਟਰ	ਸਾਬਣ	ਅਖਬਾਰ	ਅੰਡਾ	ਗੰਢਾ
ਬੰਦਾ	ਝੰਡਾ	ਡੰਡਾ	ਪੰਜਾ	ਪੰਜਾਬ	ਨੰਗਾ
ਧੰਦਾ	ਗੰਦਾ	ਠੰਢਾ	ਜਲੰਧਰ	ਵੰਗਾਰ	ਅੰਗ
ਸੰਗਤਰਾ	ਲੰਙਾ	ਪੰਜਾਹ			

(B) Read the following sentences :

ਗਾਣਾ ਗਾ।	ਆਪਣਾ ਖਾਣਾ ਖਾ।
ਪਾਲਕ ਦਾ ਸਾਗ ਖਾ।	ਹਾਰ ਪਾ।
ਪਾਠ ਯਾਦ ਕਰ।	ਮਾਸ ਨਾ ਖਾ।
ਪਟਾਖਾ ਨਾ ਚਲਾ।	ਬਾਰ ਬਾਰ ਨਾ ਸਤਾ।
ਵਾਜਾ ਵਜਾ।	ਕਾਕਾ ਆ।
ਚਾਚਾ ਜਾ।	ਬਾਬਾ ਨਾ ਜਾ।
ਨਾਨਾ, ਗਾਜਰ ਦਾ ਹਲਵਾ ਖਾ।	ਰਾਧਾ ਮਾਲਾ ਪਾ।
ਹਰਪਾਲ, ਕੜਾ ਪਾ।	ਜਗਤਾਰ, ਪਟਕਾ ਲਾਹ, ਦਸਤਾਰ ਸਜਾ।
ਗਰਮ ਜਲ ਨਾਲ ਨਹਾ।	ਪਾਤਾਲਾ ਪਾਤਾਲ ਲਖ ਆਗਾਸਾ ਆਗਾਸ। (Japji Sahib)
ਖੱਬਾ ਹੱਥ ਛੱਡ, ਸੱਜਾ ਹੱਥ ਫੜ।	ਫਾਟਕ ਨਾ ਟੱਪ।
ਬੱਦਲ ਵਲ ਤੱਕ।	ਆਪਣਾ ਨੱਕ ਸਾਫ਼ ਕਰ।
ਤਰ ਕੱਟ।	ਦੰਦ ਸਾਫ਼ ਕਰ।
ਡੰਡਾ ਨਾ ਮਾਰ।	ਜੰਗਲ ਵਲ ਨਾ ਜਾ।
ਅੰਦਰ ਆ।	ਰਾਧਾ ਵੰਗ ਪਾ।
ਕਾਕਾ, ਭੱਜ ਜਾ, ਕੰਨ ਨਾ ਖਾ।	ਰੰਗ ਵਿੱਚ ਭੰਗ ਨਾ ਪਾ।

(C) **Translate the following into Panjabi :**

1. Eat your meal.
2. Do not eat meat.
3. Play the harmonium.
4. Sing a song.
5. Do not bother me again and again.
6. Eat carrot pudding.
7. Have a bath with hot water.
8. Wear the turban.
9. Do not push.
10. Clean your nose.

ਪਾਠ ੫ ਫਲਾਂ ਅਤੇ ਸਬਜ਼ੀਆਂ ਦੇ ਨਾਂ

ਤਰ		ਮਟਰ	
ਲਸਣ		ਸ਼ਲ਼ਗਾਮ	
ਅਧਰਕ		ਗਾਜਰ	
ਟਮਾਟਰ		ਪਾਲਕ	
ਸਾਗ		ਅਨਾਰ	
ਮਾਲਟਾ		ਅਨਾਨਾਸ	
ਸੰਤਰਾ		ਅੰਬ	

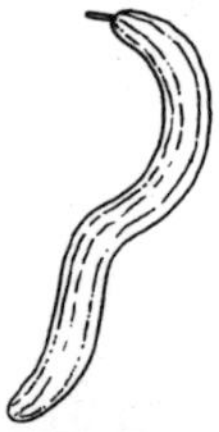

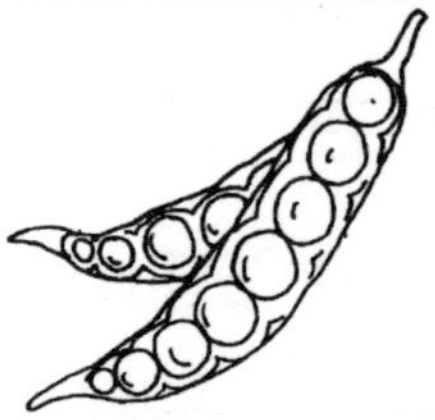

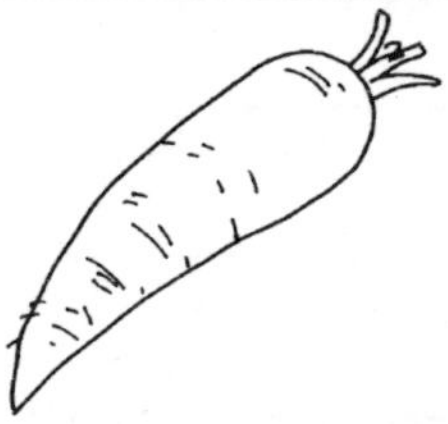

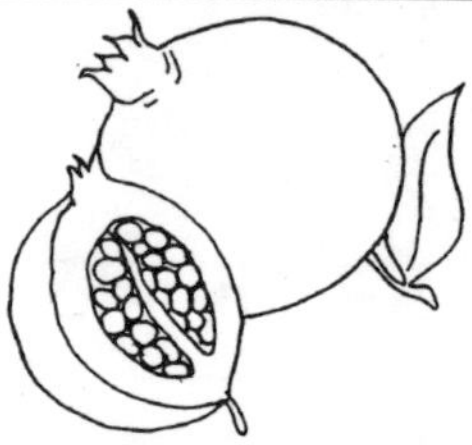

ਪਾਠ ੬ ਸਿਹਾਰੀ (ਿ)

Siharee (i) is equivalent to `i' in bin, nib or Sikh

ਸਿ ਹਿ ਕਿ ਗਿ ਚਿ ਟਿ ਤਿ ਦਿ ਨਿ ਪਿ ਬਿ ਮਿ ਰਿ ਲਿ

(A) Write the equivalent of the following words :
Brick, nail, bear, deer, saucer, nib, day, chilly, farmer, write

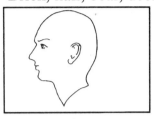

ਸਿਰ

ਹਿਰਨ

ਕਿੱਲ

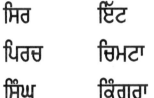

ਕਿਤਾਬ

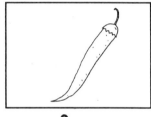

ਮਿਰਚ

ਕਿਸਾਨ

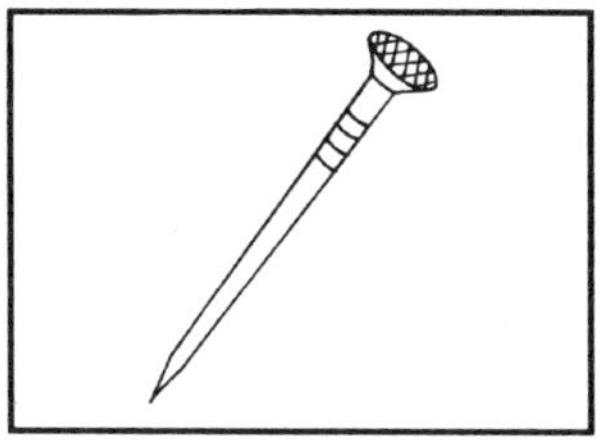

ਸਿਰ	ਇੱਟ	ਪਿੰਨ	ਹਿਰਨ	ਕਿੱਲ	ਬਿੱਲਾ	ਮਿਰਚ	ਨਿੱਬ
ਪਿਰਚ	ਚਿਮਟਾ	ਲਿਖ	ਕਿਸਾਨ	ਦਿਨ	ਮਿਲ	ਚਿਰ	ਪਿੰਡ
ਸਿੰਘ	ਕਿੰਗਰਾ	ਪਿੰਡਾ	ਤਿੰਨ	ਨਿੰਮ	ਪਿੰਗਲਵਾੜਾ।		

(B) Read the following sentences :

ਸਿਰ ਵਾਹ, ਚਿਰ ਨਾ ਲਾ। ਇੱਟ ਰੱਖ।

ਚਿਮਟਾ ਵਜਾ, ਸਿਤਾਰ ਨਾ ਵਜਾ। ਨਿਰਮਲ, ਹਲ ਵਾਹ।

ਸਭ ਨਾਲ ਪਿਆਰ ਕਰ। ਦਸ ਤੱਕ ਗਿਣ।

ਕਿਰਨ, ਮਿਰਚ ਨਾ ਖਾ। ਜ਼ਿਦ ਨਾ ਕਰ।

ਰਾਜ ਵੱਲ ਬਿਟ ਬਿਟ ਨਾ ਤੱਕ।

(C) Translate the following into Panjabi :

1. Count up to ten.
2. Do not play sitar.
3. Do not eat chilly.
4. Do not be stubborn.
5. Love everyone.
6. Comb your hair.
7. Do not take too long.
8. Do not stare at Raj.

ਪਾਠ ੭ ਬਿਹਾਰੀ (ਿ)

Biharee is equivalent to ``ee" in see or `ea' in seat.

ਸੀ ਹੀ ਕੀ ਗੀ ਚੀ ਛੀ ਜੀ ਟੀ ਡੀ ਤੀ ਦੀ ਨੀ ਪੀ

ਬੀ ਮੀ ਲੀ ਰੀ ਵੀ

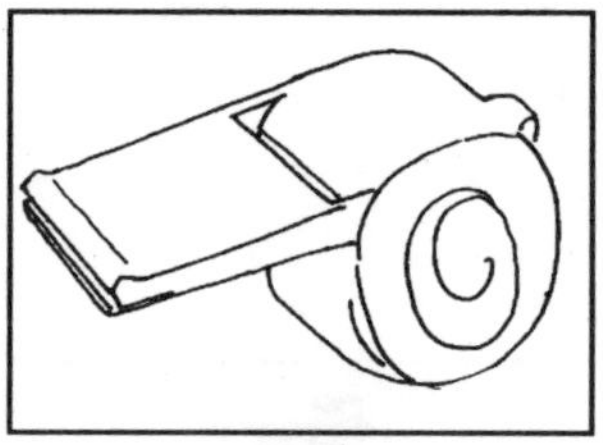

ਸੀਟੀ

ਤੀਰ

ਦੀਵਾ

ਆਰੀ

ਛਤਰੀ

ਮੱਛੀ

ਘੜੀ

ਕਮੀਜ਼

ਕਾਪੀ

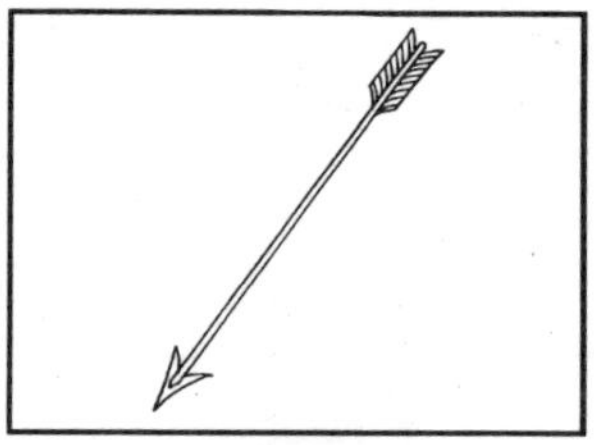

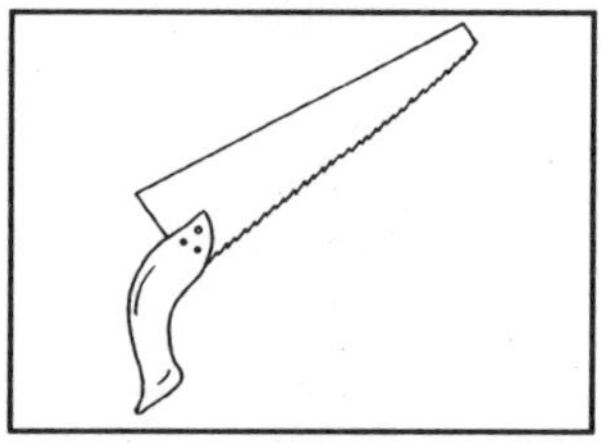

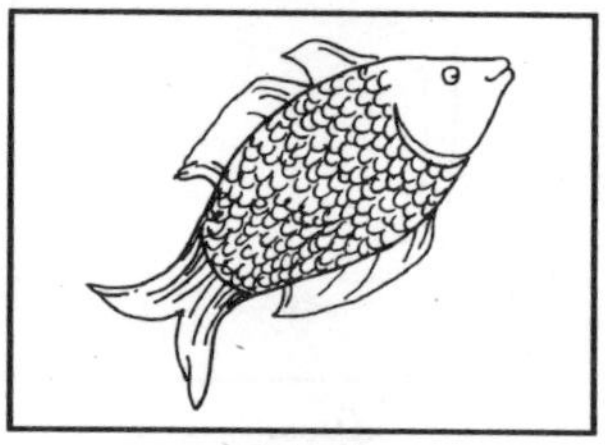

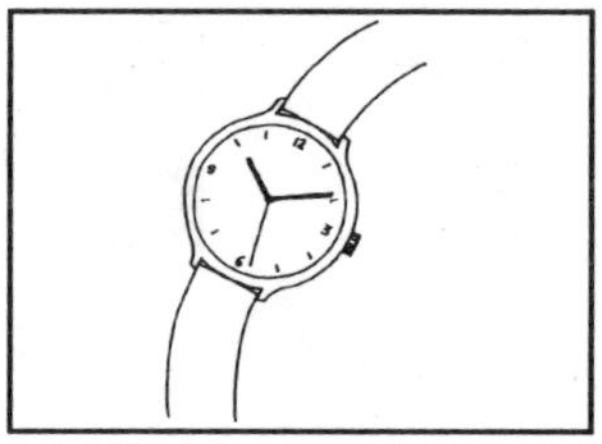

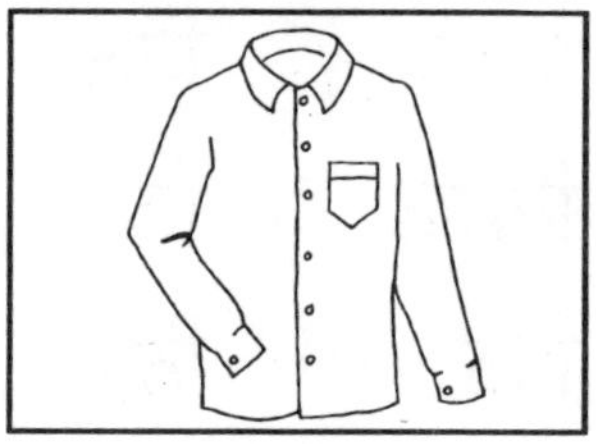

ਸੀਟੀ	ਤੀਰ	ਦੀਵਾ	ਹੀਰਾ	ਚੀਚੀ	ਕੀੜਾ	ਰੀਲ
ਹਾਥੀ	ਆਰੀ	ਰਾਣੀ	ਪਾਣੀ	ਤਿੱਤਲੀ	ਦੀਵਾਲੀ	ਮਸ਼ੀਨ
ਖਿਡਾਰੀ	ਬਿੰਦੀ	ਗੀਤ	ਚਾਚੀ	ਤਾਈ	ਭਾਬੀ	ਮਾਸੀ
ਮਾਮੀ	ਨਾਨੀ	ਦਾਦੀ	ਵੀਰ	ਚਿੱਟੀ	ਨਿੱਕੀ	ਮਿੱਸੀ
ਮਿੱਠੀ	ਰੱਸੀ	ਗੱਡੀ	ਛਤਰੀ	ਬੱਕਰੀ	ਢਾਡੀ	ਪੰਛੀ
ਪਖੰਡ	ਜੰਗਲੀ	ਬੰਸਰੀ	ਤਲਵੰਡੀ	ਡਡਲੀ	ਬਿਜਲੀ	ਨਕਲੀ
ਬਰਫ਼ੀ	ਰਸਮਲਾਈ	ਵੀਹ	ਤੀਹ	ਚਾਲੀ	ਅੱਸੀ	ਕਬੱਡੀ

ਮੱਛੀ	ਛੱਲੀ	ਮੱਖੀ	ਡੱਬੀ	ਘੰਟੀ	ਪੰਜਾਬੀ	ਬਗ਼ੀਚਾ
ਗਰਮੀ	ਸਰਦੀ	ਘੜੀ	ਕਮੀਜ਼	ਟਾਈ	ਕਾਪੀ	ਨਰਸਰੀ
ਨੀਲਾ	ਪੀਲਾ	ਜਾਮਣੀ	ਦਾਖੀ	ਬਦਾਮੀ		

(A) Write the equivalents of the following words in Panjabi :

Water, fish, summer, bell, sweet, umbrella, bird, grandmother, flute, garden, shirt, blue, twenty, white.

(B) Read the following sentences :

ਰਾਣੀ, ਪਾਣੀ ਦਾ ਗਲਾਸ ਪੀ।

ਬੰਸਰੀ ਵਜਾ।

ਘੰਟੀ ਵਜਾ।

ਜੀਤ, ਗੀਤ ਗਾ।

ਦੀਵਾ ਜਗਾ।

ਮਿੱਠੀ ਚਾਹ ਪੀ।

ਕਾਲੀ ਘੱਗਰੀ ਨਾ ਪਾ।

ਬਿਜਲੀ ਚਮਕਦੀ ਸੀ।

ਤਾਈ ਆਈ, ਬਰਫ਼ੀ ਲਿਆਈ।

ਚਿੱਟੀ ਕਮੀਜ਼ ਪਾ।

ਠੰਡੀ ਚਾਹ ਨਾ ਪੀ।

ਗਲੀ–ਸੜੀ ਸਬਜ਼ੀ ਨਾ ਖ਼ਰੀਦ।

ਭਾਬੀ, ਅਸਲੀ ਚਾਬੀ ਲਿਆ।

(C) Translate the following into Panjabi:

1. Put the white shirt on.
2. Ring the bell.
3. Do not take cold tea.
4. Play the flute.
5. Rani, drink a glass of water.
6. Jeet, sing a song.

ਪਾਠ ੮ ਔਂਕੜ (ੁ)

Aunkard is equivalent to `u' in put or `oo' in book.

ਉ, ਸੁ, ਕੁ, ਗੁ, ਮੁ, ਦੁ, ਬੁ, ਰੁ, ਪੁ, ਨੁ, ਡੁ

ਗੁਲਾਬ

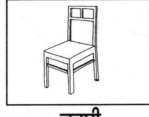

ਕੁਰਸੀ

ਕੁੜਤਾ

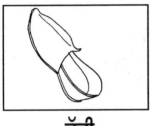

ਜੁੱਤੀ

ਕੁੱਕੜ

ਪੁਸਤਕ

ਫੁੱਲ ਗੁਲਾਬ ਕੁਰਸੀ ਕੁੜਤਾ ਜੁੱਤੀ, ਝੁੱਗੀ ਮੁੰਡਾ ਮੁਰਗੀ
ਫੁਲਕਾ ਖੁਰਪਾ ਦੁਪੱਟਾ ਮੁੰਦੀ ਧੁੰਦ ਗੁੱਟ ਚੁੱਪ ਕੁੱਕੜ
ਬੁਖ਼ਾਰ ਬੁੱਢਾ ਭੁਚਾਲ ਰੁਮਾਲ ਉਡਾਰੀ ਉਲਟ ਪੁਲਟ ਮੁਸ਼ਕ
ਕੁੱਕਰ ਪੁਸਤਕ ਦੁਕਾਨ।

(A) Find the equivalents of the following words:
Shirt, chair, boy, shoes, hen, rose, milk, upside down, book, corner, old, mist.

(B) Read the following sentences :

ਕੁਲਦੀਪ, ਉਹ ਕੁਰਸੀ ਚੁੱਕ ਲਿਆ। ਸੁਰਜੀਤ, ਆਪਣੀ ਜੁੱਤੀ ਪਾ।
ਕੁਕੜੀ ਕੁੜ ਕੁੜ ਕਰਦੀ ਹੈ। ਪੁਸ਼ਪਾ ਆਪਣੀ ਗੁੱਤ ਗੁੰਦ।
ਭੁੱਲ ਚੁੱਕ ਮੁਆਫ਼ ਕਰਨਾ। ਗੁਰਦੀਪ, ਗੁਲਾਬ ਦਾ ਫੁੱਲ ਤਕ, ਕਿੰਨਾ ਸੁਹਣਾ ਲਗਦਾ !

(C) Translate the following into Panjabi :

1. Look at the rose, how beautiful it looks.
2. The old woman was shivering with cold.
3. Put your shoes on .
4. Bring that chair.
5. Excuse me for the mistakes made.

ਪਾਠ ੯ ਦੁਲੈਂਕੜੇ (ੂ)

Dolaink<u>rd</u>ay is equivalent to `oo' in pool or `ue' in blue.

ਊ, ਕੂ, ਸੂ, ਤੂ, ਗੂ, ਲੂ, ਮੂ, ਚੂ, ਤੂ, ਪੂ, ਛੂ, ਪੂ, ਜੂ, ਭੂ,

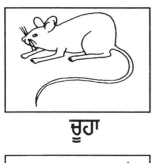

ਚੂਹਾ

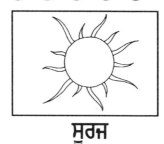

ਸੂਰਜ

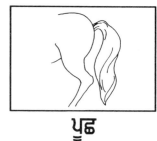

ਪੂਛ

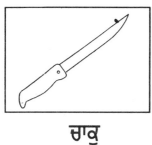

ਚਾਕੂ

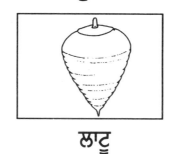

ਲਾਟੂ

ਝਾੜੂ

ਊਠ ਕੂੜਾ ਸੂਰ ਚੂਹਾ ਸੂਰਜ ਪੂਛ ਲੰਗੂਰ ਅਮਰੂਦ ਜੂੜਾ ਜੂੰ ਚਾਕੂ
ਬਾਪੂ ਲਾਟੂ ਭੂਆ ਝੂਲਾ ਝੂਠਾ ਧੂੜ ਦੂਰ ਪੂਰਾ ਬੰਦੂਕ ਸੰਧੂਰ ਲੂੰਬੜੀ
ਚੂਰੀ ਆਲੂ ਡੱਡੂ ਝਾੜੂ ਕਾਜੂ ਕੂਚੀ ਲੂਣ ਅੰਬਚੂਰ ਉਲੂ ਕੱਛੂ ਊਸ਼ਾ
ਊਧਮ ਸਿੰਘ ਰੂਪਿੰਦਰ ਸੂਜ਼ਨ ਭੂਪਿੰਦਰ।

(A) Write the equivalents of the following word:

Potatoe, frog, salt, pig, rubbish, mouse, knife, dust, father, camel, owl.

(B) Read the following sentences :

ਊਸ਼ਾ, ਚਾਕੂ ਨਾਲ ਆਲੂ ਚੀਰ। ਕੂੜਾ ਬਾਹਰ ਸੁੱਟ।
ਦਾਲ ਵਿੱਚ ਲੂਣ ਘੱਟ ਪਾ। ਪਤੀਲਾ ਕੂਚੀ ਨਾਲ ਸਾਫ਼ ਕਰ।
ਭੂਆ, ਦੂਰ ਨਾ ਜਾ। ਸੂਰਜ ਵੱਲ ਨਾ ਤੱਕ।
ਲੂੰਬੜੀ ਅੰਗੂਰ ਖਾਣਾ ਚਾਹੁੰਦੀ ਸੀ। ਬੰਦੂਕ ਨਾਲ ਨਿਸ਼ਾਨਾ ਲਾ।
ਮੂਰਖ ਨਾ ਬਣ।

(C) Translate the following into Panjabi:

1. Aunty, don't go away.
2. Throw the rubbish out.
3. Cut the potatoes with a knife.
4. Do not look at the sun .
5. The fox wanted to eat grapes.
6. Put less salt in the curry.
7. Do not be stupid.

ਪਾਠ ੧੦ – ਲਾਂਵ (ੇ)

Laanv is approximately equivalent to ai in train or ay in May.

ਭੇ, ਲੇ, ਸੇ, ਕੇ, ਖੇ, ਮੇ, ਜੇ, ਸ਼ੇ, ਛੇ, ਦੇ, ਨੇ, ਢੇ, ਡੇ, ਪੇ,

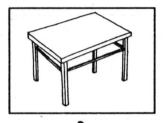

ਮੇਜ

ਸੇਬ

ਸ਼ੇਰ

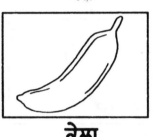

ਕੇਲਾ

ਕੇਕ

ਤਾਰੇ

ਮੇਜ	ਸੇਬ	ਸ਼ੇਰ	ਭੇਡ	ਕੇਲਾ	ਕਰੇਲਾ	ਕਰੇਨ	ਠੇਲਾ
ਮੇਲਾ	ਨੇੜੇ	ਹੇਮ–ਕੁੰਟ	ਚਪੇੜ	ਲਲੇਰ	ਖੇਤ	ਨੇੜੇ	ਕੇਲੇ
ਸੇਕ	ਰੇਤਾ	ਤਾਰੇ	ਬਰੇਕ	ਪੇੜੇ	ਬੇਰ	ਪਲੇਟ	ਤੇਲ

A. Write the equivalents of the following words in Panjabi:

Apple, banana, sheep, train, lamb, stars, hair, table, sand, six, heap

(B) Read the following sentences :

ਆਪਣੇ ਕੇਸ ਵਾਹ।

ਸੇਬ ਖਾ।

ਛੇਤੀ ਤੁਰ।

ਕੇਲੇ ਦੇ ਛਿਲਕੇ ਬਾਹਰ ਨਾ ਸੁੱਟ।

ਸੇਬ ਖੱਟੇ ਹਨ ਪਰ ਕੇਲੇ ਮਿੱਠੇ ਹਨ।

ਕੇਲਾ ਖਾ।

ਛੇ ਕੇਕ ਲਿਆ।

ਸ਼ੇਰ ਵਲ ਦੇਖ।

ਅਸਮਾਨ ਵਿੱਚ ਤਾਰੇ ਚਮਕਦੇ ਹਨ।

ਕਿਸੇ ਜੇਬ ਕਤਰੇ ਨੇ ਮੇਰੀ ਜੇਬ ਕੱਟ ਲਈ।

ਛੇ ਘਰ ਛੇ ਗੁਰ ਛੇ ਉਪਦੇਸ਼। (Japji Sahib)

(C)   Translate the following into Panjabi:

1.   Bring six cakes.
2.   Eat a banana
3.   Look at rhe lion.
4.   Throw the banana skin out.
5.   Comb your hair.
6.   Put the bananas on the table.
7.   Play on the sand.
8.   The stars are shining in the sky.

ਪਾਠ ੧੧ – ਦੁਲਾਵਾਂ (ੈ)

Dolaavaan `ae' is same as `a' in bag, cat etc.

ਹੈ, ਬੈ, ਪੈ, ਐ, ਮੈ, ਪੈ, ਨੈ, ਭੈ, ਵੈ, ਕੈ

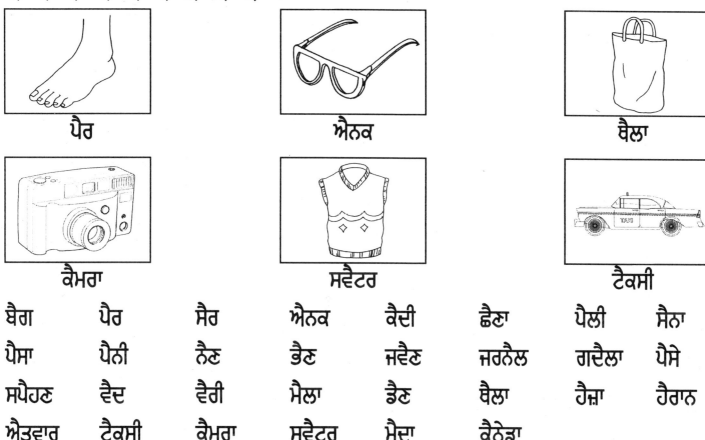

ਪੈਰ	ਐਨਕ	ਥੈਲਾ
ਕੈਮਰਾ	ਸਵੈਟਰ	ਟੈਕਸੀ

ਬੈਗ   ਪੈਰ   ਸੈਰ   ਐਨਕ   ਕੈਦੀ   ਛੈਣਾ   ਪੈਲੀ   ਸੈਨਾ

ਪੈਸਾ   ਪੈਨੀ   ਨੈਣ   ਭੈਣ   ਜਵੈਣ   ਜਰਨੈਲ   ਗਦੈਲਾ   ਪੈਸੇ

ਸਪੈਹਣ   ਵੈਦ   ਵੈਰੀ   ਮੈਲਾ   ਡੈਣ   ਥੈਲਾ   ਹੈਜ਼ਾ   ਹੈਰਾਨ

ਐਤਵਾਰ   ਟੈਕਸੀ   ਕੈਮਰਾ   ਸਵੈਟਰ   ਮੈਦਾ   ਕੈਨੇਡਾ

(A)   Write the equivalents of the following words in Panjabi:

Foot, money, prisoner, sister, glasses, bag, policewoman, Sunday, camera, eyes, field.

(B) Read the following sentences :

ਬਿੱਲੀ ਮੇਜ਼ ਹੇਠਾਂ ਬੈਠੀ ਹੈ।

ਜਰਨੈਲ, ਮੇਰੀ ਐਨਕ ਲਿਆ।

ਮੇਰਾ ਕੈਮਰਾ ਅਤੇ ਪੈਸੇ ਬੈਗ ਵਿੱਚ ਹਨ।

ਆਪਣੇ ਮੈਲੇ ਪੈਰ ਸਾਫ਼ ਕਰ।

ਮੇਰੀ ਭੈਣ ਹਰ ਐਤਵਾਰ ਵਾਲੇ ਦਿਨ ਸੈਰ ਕਰਦੀ ਹੈ।

ਕਿਸਾਨ ਪੈਲੀ ਵਿੱਚ ਕੰਮ ਕਰਦੇ ਹਨ।

(C)   Translate the following into Panjabi:

1.   Clean your dirty feet.
2.   Bring my glasses.
3.   My camera and money are in the bag.
4.   The farmers are working in the field.
5.   The myanah is locked up in the cage.
6.   My sister goes out for a walk every Sunday.
7.   The cat is sitting under the table.

23

ਪਾਠ ੧੨ – ਹੋੜਾ (ੋ)

Hordaa (= o) is equivalent to `o' in hole or oa in boat, e.g.

ਕੋ ਖੋ ਚੋ ਜੋ ਡੋ ਢੋ ਤੋ, ਧੋ ਪੋ ਬੋ ਮੋ ਰੋ ਲੋ ਓ

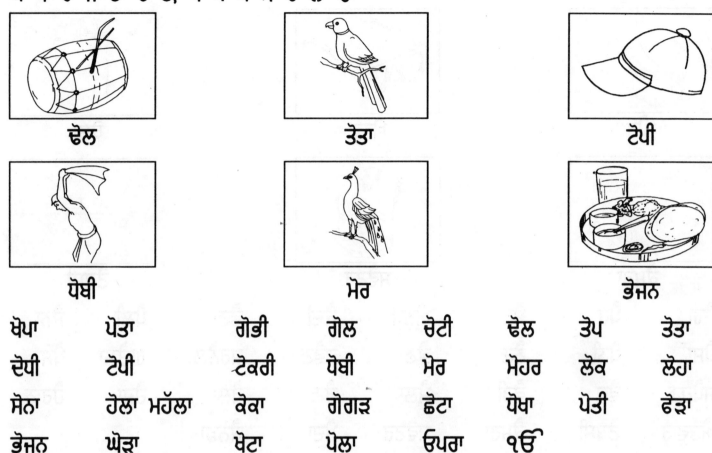

ਢੋਲ

ਤੋਤਾ

ਟੋਪੀ

ਧੋਬੀ

ਮੋਰ

ਭੋਜਨ

ਖੋਪਾ	ਪੋਤਾ	ਗੋਭੀ	ਗੋਲ	ਚੋਟੀ	ਢੋਲ	ਤੋਪ	ਤੋਤਾ
ਦੋਧੀ	ਟੋਪੀ	ਟੋਕਰੀ	ਧੋਬੀ	ਮੋਰ	ਮੋਹਰ	ਲੋਕ	ਲੋਹਾ
ਸੋਨਾ	ਹੋਲਾ ਮਹੱਲਾ	ਕੋਕਾ	ਗੋਗੜ	ਛੋਟਾ	ਧੋਖਾ	ਪੋਤੀ	ਫੋੜਾ
ਭੋਜਨ	ਘੋੜਾ	ਖੋਟਾ	ਪੋਲਾ	ਓਪਰਾ	ੴ		

(A) Write the equivalents of the following words in Panjabi :

Cannon, coconut, summit, peacock, stamp, washerman, coal, cap, people, basket, coat, milkman, drum, parrot, ulcer, stranger.

(B) Read the following sentences :

ਢੋਲ ਵਜਾ।

ਧਰਤੀ ਗੋਲ ਹੈ।

ਸੋਨੇ ਦਾ ਕੜਾ ਲਾਹ ਅਤੇ ਲੋਹੇ ਦਾ ਕੜਾ ਪਾ।

ਲੋਹੇ ਦਾ ਕੰਮ ਕਰਨ ਵਾਲੇ ਨੂੰ ਲੋਹਾਰ ਕਹਿੰਦੇ ਹਨ।

ਮੋਰ ਨੱਚਦਾ ਹੈ।

ਢੋਲਚੀ ਢੋਲ ਵਜਾ ਰਿਹਾ ਹੈ।

ਅਨੰਦਪੁਰ ਸਾਹਿਬ ਦਾ ਹੋਲਾ ਮਹੱਲਾ ਵੇਖਣਯੋਗ ਹੁੰਦਾ ਹੈ।

ਸਤਿਗੁਰ ਤੇਰੀ ਓਟ।

(C) Translate the following into Panjabi :

1. The peacock is dancing.
2. Take your gold kardaa (bangle) off.
3. Hola Mohalla at Anandpur Sahib is worth seeing.
4. The earth is round.

ਪਾਠ ੧੩ – ਕਨੌੜਾ (ੌ)

Knau<u>r</u>daa (=au) is equivalent to `au' in Kaur and is longer than o in hot, pot etc.

ਕੌ ਪੌ ਜੌ ਫੌ ਡੌ ਚੌ ਤੌ ਸੌ ਔ ਹੌ

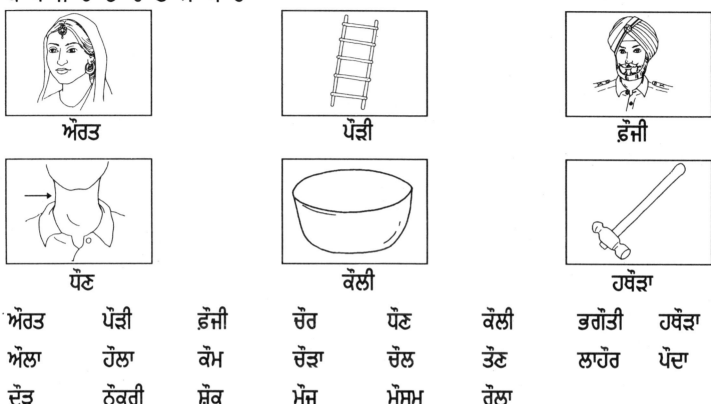

ਔਰਤ

ਪੌੜੀ

ਫ਼ੌਜੀ

ਧੌਣ

ਕੌਲੀ

ਹਥੌੜਾ

ਔਰਤ	ਪੌੜੀ	ਫ਼ੌਜੀ	ਚੌਰ	ਧੌਣ	ਕੌਲੀ	ਭਗੌਤੀ	ਹਥੌੜਾ
ਔਲਾ	ਹੌਲਾ	ਕੌਮ	ਚੌੜਾ	ਚੌਲ	ਤੌਣ	ਲਾਹੌਰ	ਪੌਦਾ
ਦੌੜ	ਨੌਕਰੀ	ਸ਼ੌਕ	ਮੌਜ	ਮੌਸਮ	ਰੌਲਾ		

(A) Write the equivalent of the following words in Panjabi :
hundred, nation, weather, wide, noise, hobby, light (in weight), employment, hammer, rice.

(B) Read the following sentences :

ਫ਼ੌਜੀ ਤੋਪ ਦਾਗ਼ ਰਹੇ ਹਨ।

ਰੌਲਾ ਨਾ ਪਾ।

ਸਿੱਖ ਇੱਕ ਵੱਖਰੀ ਕੌਮ ਹੈ।

ਠੰਢੀ ਲੱਸੀ ਪੀਓ ਤੇ ਸੌ ਸਾਲ ਜੀਓ।

ਹੌਲੀ ਹੌਲੀ ਸੌ ਤਕ ਗਿਣ।

ਹਥੌੜੀ ਨਾਲ ਕਿੱਲ ਠੋਕ।

ਸਿੱਖ ਦੀ ਪਛਾਣ ਕਰਨੀ ਸੌਖੀ ਹੈ।

ਚਮਕੌਰ ਨੂੰ ਚੌਲ ਪਸੰਦ ਨਹੀਂ ਹਨ।

(C) Translate the following into Panjabi :

1. Do not make a noise.
2. The soldiers are firing with a cannon.
3. It is easy to identify a Sikh.
4. Drive a nail with a hammer.
5. Chamkaur does not like rice.
6. Sikhs are a distinct nation.

ਪਾਠ ੧੪ – ਬਿੰਦੀ (̇)

Bindee represents a nasal sound and is used with long vowel symbols such as Kannaa, Bihaaree, Laanv, Dolaavaan, Hordaa and Knaurdaa apart from Dolaenkarday (= , Except ਉ), to represent nasal sounds, e.g.,

ਆਂ, ਈਂ ਊਂ, ਏਂ, ਐਂ, ਓਂ ਔਂ,

ਸਾਂ, ਸੀਂ, ਸੇਂ, ਸੈਂ, ਸੋਂ, ਸੌਂ

Remember :

* Tippee is used with two vowel careers with short vowels e.g., ਅੰ, ਇੰ, not ਉਂ.

- Tippee is used with all short vowels used with the consonents, as well as dolaenkarday

ਸੰ, ਸਿੰ, ਸੁੰ, ਸੂੰ

In other words vowel carriers ੳ, ਅ, ੲ share the use of bindee and tippee in the following way :

ਅੰ, ਆਂ, ਇੰ, ਈਂ, ਉਂ, ਊਂ, ਏਂ, ਐਂ, ਓਂ, ਔਂ

(ਓ being equivalent to `o' in o. k.)

ਅੰਗ, ਆਂਡਾ, ਇੰਜ, ਸਾਈਂ, ਉਂਗਲ, ਊਂਘ, ਗੁਰਾਏਂ, ਐਵੇਂ, ਓਂਕਾਰ, ਜਗਰਾਓਂ ਔਂਸੀ।

Bindee and tippee are shared among the vowel-symbols, used with the consonents, in the following way:

ਚੰ, ਚਾਂ, ਚਿੰ, ਚੀਂ, ਚੁੰ, ਚੂੰ, ਚੇਂ, ਚੈਂ, ਚੋਂ, ਚੌਂ

ਚੰਗਾ, ਚਾਂਗ, ਚਿੰਤਾ, ਚੀਂ–ਚੀਂ, ਚੁੰਘ, ਚੂੰਡ, ਚੇਂਜ, ਚੈਂਚਲ, ਚੋਂਦਾ, ਚੌਂਤੀ

ਕਾਂ

ਗਾਂ

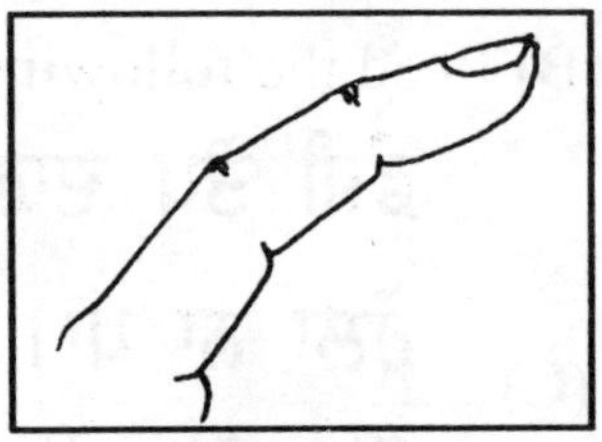

ਉਂਗਲ

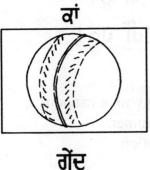

ਗੇਂਦ

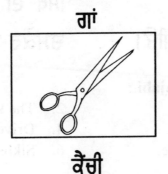

ਕੈਂਚੀ

ਕੁੜੀਆਂ

ਕੁਰਸੀਆਂ

ਰੋਂਦਾ

ਭਾਂਡੇ

ਕਾਂ ਗਾਂ ਉਂਗਲ ਮੀਂਹ ਨਹੀਂ ਗੇਂਦ ਭਾਂਡੇ ਕੈਂਚੀ
ਰੋਂਦਾ ਚੋਂਦਾ ਧੋਂਦਾ ਸੌਂ ਚੌਂਦਾਂ ਨੌਂ ਕਿਉਂ ਕਿਉਂਕਿ
ਚਾਂਦੀ ਕੁੜੀਆਂ ਕੁਰਸੀਆਂ

(A) Write the equivalents of the following words in Panjabi :

Finger, ball scizzors, nine, why, girls, because, silver, rain, utensils

(B) Read the following sentences :

ਮੀਂਹ ਪੈਂਦਾ ਹੈ।
ਚੈਂਚਲ ਭਾਂਡੇ ਧੋਂਦਾ ਹੈ।
ਕੁੜੀਆਂ ਪੀਂਘਾਂ ਝੂਟਦੀਆਂ ਹਨ।
ਚਾਂਦੀ ਦੇ ਭਾਂਡੇ ਤਾਂ ਬਹੁਤ ਮਹਿੰਗੇ ਹਨ।

ਕਾਂ ਕਾਂ–ਕਾਂ ਕਰਦਾ ਹੈ।
ਮਾਵਾਂ ਠੰਡੀਆਂ ਛਾਵਾਂ ਹੁੰਦੀਆਂ ਹਨ।
ਇਹ ਕੈਂਚੀ ਕੱਟਦੀ ਨਹੀਂ ਕਿਉਂਕਿ ਇਹ ਖੁੰਢੀ ਹੈ।
ਕਾਕਾ, ਤੂੰ ਰੋਂਦਾ ਕਿਉਂ ਹੈਂ ? ਤੇਰੀ ਉਂਗਲ ਤੇ ਸੱਟ ਤਾਂ ਨਹੀਂ ਵੱਜੀ ?

(C) Translate the following into Panjabi :

1. The girls are playing on the swings.
2. This pair of scizzors does not cut because it is blunt.
3. The crow is crawing.
4. Chanchal is washing the utentials.
5. Silver utensils are too expensive.
6. Have you hurt your finger ?
7. Why are you crying, young lad ?

ਪਾਠ ੧੫ ਕੁਝ ਹੋਰ ਫਲਾਂ ਅਤੇ ਸਬਜੀਆਂ ਦੇ ਨਾਂ

ਪਿਆਜ਼		ਮੂਲੀ	
ਮਿਰਚ	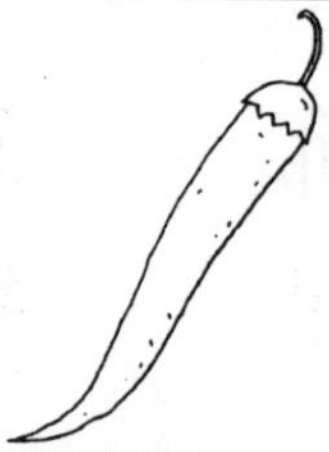	ਅਮਰੂਦ	
ਨਾਸ਼ਪਾਤੀ		ਤਰਬੂਜ਼	
ਆੜੂ		ਖ਼ਰਬੂਜਾ	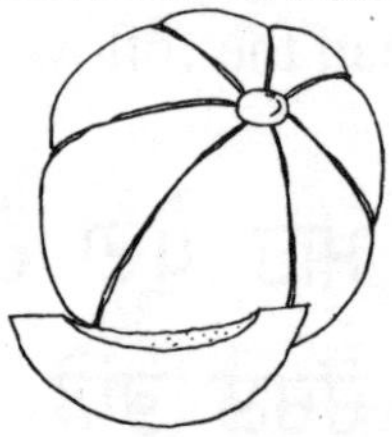
ਫੁੱਲ ਗੋਭੀ		ਪੇਠਾ	
ਕਰੇਲਾ	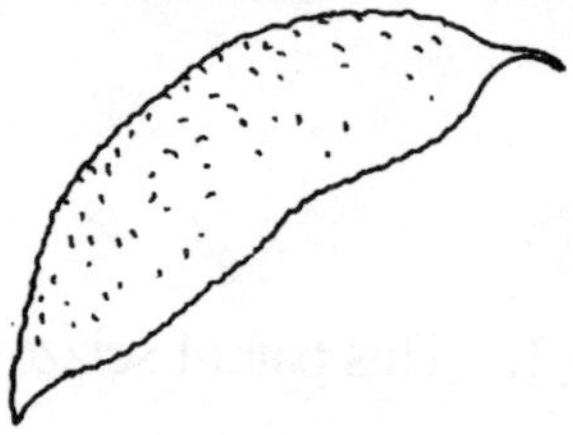	ਸੇਬ	
ਬੈਂਗਣ		ਆਲੂ	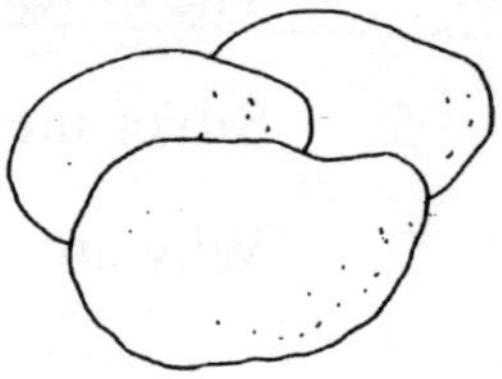

ਪਾਠ ੧੯ – ਪੈਰ – ਹ (੍ਹ)

Paer haahaa (short form of above consonant) is used to raise the tone when pronouncing a word. For pronouncing the word ਪੜ੍ਹ (meaning read) correctly, two letters ਪ and ੜ are not sufficient as ਪੜ without being pronounced with a high tone is meaningless. Its use at the foot of many letters is quite common as you will see from the following examples :

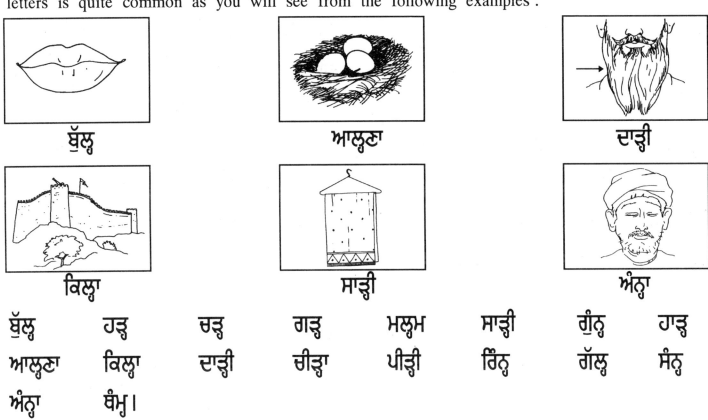

ਬੁੱਲ੍ਹ

ਆਲ੍ਹਣਾ

ਦਾੜ੍ਹੀ

ਕਿਲ੍ਹਾ

ਸਾੜ੍ਹੀ

ਅੰਨ੍ਹਾ

ਬੁੱਲ੍ਹ ਹੜ੍ਹ ਚੜ੍ਹ ਗੜ੍ਹ ਮਲ੍ਹਮ ਸਾੜ੍ਹੀ ਗੁੰਨ੍ਹ ਹਾੜ੍ਹ
ਆਲ੍ਹਣਾ ਕਿਲ੍ਹਾ ਦਾੜ੍ਹੀ ਚੀੜ੍ਹਾ ਪੀੜ੍ਹੀ ਰਿੰਨ੍ਹ ਗੱਲ੍ਹ ਸੰਨ੍ਹ
ਅੰਨ੍ਹਾ ਥੰਮ੍ਹ।

Above provision is already built in 5 consonants, e.g.

ਗ੍ਹ = ਘ as in ਸਿੰਘ, ਬਾਘ, ਪਲੰਘ, ਸੰਘ, ਨਿੱਘਾ,
ਜ੍ਹ = ਝ as in ਮੱਝ, ਰਿੱਝ, ਸਾਂਝ, ਚੁੰਝ, ਵਾਂਝਾ
ਡ੍ਹ = ਢ as in ਕੱਢ, ਵੱਢ, ਵੱਢੀ, ਡਾਢਾ, ਕਾਢ
ਦ੍ਹ = ਧ as in ਦੁੱਧ, ਵੱਧ, ਅੱਧਾ, ਸਾਧ, ਪੱਧਰਾ
ਬ੍ਹ = ਭ as in ਲੱਭ, ਲਾਭ, ਸਭ, ਨਾਭੀ, ਸਰਾਭਾ

(A) Write the equivalents of the following words in Panjabi :

Flood, blind, cheek, beard, lips, ointment, castle, throat, buffalo, take out, half, find, all

(B) Read the following sentences :

ਆਟਾ ਗੁੰਨ੍ਹ।

ਬੁੱਲ੍ਹ ਨਾ ਕੱਢ।

ਪੌੜੀ ਤੇ ਨਾ ਚੜ੍ਹ।

ਗੂੜ੍ਹੇ ਰੰਗ ਦੀ ਸਾੜ੍ਹੀ ਲਾ।

ਰਾਤੀ ਚੋਰਾਂ ਨੇ ਕਈ ਘਰਾਂ ਵਿੱਚ ਸੰਨ੍ਹ ਲਾਈ।

ਸਾੜ੍ਹੀ ਲਾ ਕੇ ਬਜ਼ਾਰ ਨੂੰ ਜਾ।

ਅੰਨ੍ਹਾ ਆਦਮੀ ਭੀਖ ਮੰਗ ਰਿਹਾ ਸੀ।

ਚਿੜੀਆਂ ਨੇ ਆਲ੍ਹਣੇ ਵਿਚ ਅੰਡੇ ਦਿਤੇ ਹਨ।

ਦਾਲ ਰਿੰਨ੍ਹ।

ਹੌਲੀ ਹੌਲੀ ਪੜ੍ਹ।

ਰਾਮਗੜ੍ਹ ਲੁਧਿਆਣੇ ਜ਼ਿਲ੍ਹੇ ਵਿੱਚ ਹੈ।

ਪੀੜ੍ਹੀ ਤੇ ਬੈਠ ਕੇ ਦੁੱਧ ਪੀ।

ਸੱਟ ਤੇ ਮਲ੍ਹਮ ਲਾ।

ਰਾਮ ਅਪਣੇ ਪਿਤਾ ਜੀ ਦੀ ਗੱਲ ਸੁਣ।

ਕੇਸ–ਦਾੜ੍ਹੀ ਸਿੰਘਾਂ ਦੀ ਸ਼ਾਨ ਹੈ।

(C) **Translate the following sentences into Panjabi :**

1. Floods have caused enormous damage in England.
2. Last night thieves broke into a lot of houses.
3. Put on the dark shaded sari.
4. Read slowly.
5. Do not climb the ladder.
6. Ramagarh is in Ludhiana District.
7. Thieves broke into many houses last night.
8. The begger is blind.
9. Sikhs are proud of their beard.
10. Buffalo gives us milk.

ਪਾਠ ੧੭ – ਪੈਰ'ਚ : ਰ (੍ਰ) ਅਤੇ ਵ (੍ਵ)

Paer - raaraa (R at the foot of a consonant) in its above form, written under the preceding consonant, signifies that there is no hidden mukta belonging to the letter it is written under. Therefore `pram' is written as ਪ੍ਰੇਮ and train is written as ਟ੍ਰੇਨ.

There are quite a few words written by writing raaraa at the foot of the consonants as you will see from the following examples :

ਪ੍ਰੇਮ, ਪ੍ਰੀਤ, ਪ੍ਰੀਤਮ, ਪ੍ਰੋ, ਕ੍ਰੋਸ਼ੀਆ, ਤ੍ਰੇਲ, ਕ੍ਰੋਧ, ਅੰਮ੍ਰਿਤ, ਸ੍ਰੋਵਰ, ਪੱਤ੍ਰਿਕਾ, ਸ੍ਰੀ, ਤ੍ਰੀਮਤ, ਤ੍ਰੈ, ਪ੍ਰਭੂ।

Paer Vaavaa (V at the foot of a consonant) is used in the same way as Raaraa. Therefore `sweet' is written as ਸ੍ਵੀਟ and `sweater' is written as ਸ੍ਵੈਟਰ।

There are not many words in modern Panjabi requiring the use of Vaavaa in this form. Other examples are as follows :-

ਸ੍ਵਰਗ, ਸ੍ਵਾਂਗ, ਸ੍ਵੱਜਾ

(A) Write the equivalents of the following words in Panjabi :
Dewdrops, anger, three, woman, newspaper, pool, love, God, heaven.

(B) Read the following sentenees :

ਸਭ ਨਾਲ ਪ੍ਰੇਮ ਕਰੋ।
ਫੁੱਲਾਂ ਤੇ ਤ੍ਰੇਲ ਪਈ ਹੋਈ ਹੈ।
ਅੱਜ ਦੀ ਪੱਤ੍ਰਿਕਾ ਅਜੇ ਤਕ ਨਹੀਂ ਮਿਲੀ।

ਕਸ਼ਮੀਰ ਨੂੰ 'ਧਰਤੀ ਤੇ ਸ੍ਵਰਗ' ਕਿਹਾ ਜਾਂਦਾ ਹੈ।

ਪ੍ਰਭੂ ਦਾ ਸਿਮ੍ਰਨ ਕਰੋ।
ਪ੍ਰਾਂਤ ਵਿੱਚ ਆਟਾ ਗੁੰਨ੍ਹ।
ਅੱਜ ਕਲ ਕਈ ਉਡਾਨਾਂ ਬਰਮਿੰਘਮ ਤੋਂ ਸਿੱਧੀਆਂ ਅੰਮ੍ਰਿਤਸਰ ਜਾਂਦੀਆਂ ਹਨ।

ਪਾਠ – ੧੮

ਅਨਾਜ, ਮੇਵੇ, ਦਾਲਾਂ, ਮਸਾਲੇ ਅਤੇ ਦੁੱਧ ਤੋਂ ਬਣੇ ਪਦਾਰਥ

ਮੇਵੇ

ਬਦਾਮ	ਪਿਸਤਾ	ਮਗ਼ਜ਼	ਖੋਪਾ
ਨੇਜ਼ਾ	ਕਾਜੂ	ਸੌਗੀ	ਮੂੰਗਫਲੀ
ਅਖ਼ਰੋਟ	ਬਰਾਜ਼ੀਲ ਨਟ	ਖਜੂਰਾਂ	ਮੁਨੱਕਾਂ

ਦਾਲਾਂ ਅਤੇ ਅਨਾਜ

ਮੂੰਗੀ	ਮੋਠ	ਮਾਂਹ	ਮਸਰੀ
ਕਾਲੇ ਛੋਲੇ	ਕਾਬਲੀ ਛੋਲੇ	ਬੀਨਜ਼	ਕਣਕ
ਚੌਲ	ਮੱਕੀ	ਜਵਾਰ	ਬਾਜਰਾ
ਤਿਲ	ਸੋਇਆ	ਰਾਜਮਾਂਹ	ਹਰਹਰ

ਮਸਾਲੇ

ਲੌਂਗ	ਲੈਚੀ	ਦਾਲਚੀਨੀ	ਹਰੀ ਲੈਚੀ
ਵੱਡੀ ਲੈਚੀ	ਕਾਲੀ ਮਿਰਚ	ਲਾਲ ਮਿਰਚ	ਧਣੀਆ
ਜ਼ੀਰਾ	ਸੌਂਫ਼	ਜਵੈਣ	ਨਟਮਗ

ਦੁੱਧ ਤੋ ਬਣੇ ਪਦਾਰਥ ਅਤੇ ਮਿਠਿਆਈਆਂ

ਮੱਖਣ	ਘਿਓ	ਚੀਜ਼	ਲੱਸੀ
ਪਨੀਰ	ਦਹੀ	ਖੋਆ	ਬਰਫੀ
ਗੁਲਾਬ ਜਾਮਣ	ਪੇੜੇ	ਰਸਮਲਾਈ	ਰਸਗੁੱਲੇ

Exercise : Work in pairs and act out the following dialogue in Panjabi.

ਮਿਠਿਆਈ ਦੀ ਦੁਕਾਨ ਤੇ (At the sweet shop)

ਦੁਕਾਨਦਾਰ – ਆਓ ਜੀ ਸਤਿਸ੍ਰੀਅਕਾਲ।

ਗਾਹਕ – ਸਤਿਸ੍ਰੀਅਕਾਲ ਜੀ।

ਦੁਕਾਨਦਾਰ – ਦੱਸੋ ਜੀ, ਕੀ ਸੇਵਾ ਕਰੀਏ।

ਗਾਹਕ – ਜੀ ਮੈਨੂੰ ਕੁਝ ਮਿਠਿਆਈਆਂ ਚਾਹੀਦੀਆਂ ਹਨ।

ਦੁਕਾਨਦਾਰ – ਜਿੰਨੀਆਂ ਮਰਜ਼ੀ ਲਓ ਜੀ।

ਗਾਹਕ – ਕੀ ਭਾ ਲਾਈਆਂ ਨੇ, ਜੀ।

ਦੁਕਾਨਦਾਰ – ਡੇਢ ਪੌਂਡ ਦੀਆਂ ਪੌਂਡ।

ਗਾਹਕ – ਆਹ ਗੁਲਾਬ ਜਾਮਣਾ ਤਾਜ਼ੀਆਂ ਬਣੀਆਂ ਨੇ ਜੀ ?

ਦੁਕਾਨਦਾਰ – ਸਾਡੀਆਂ ਸਾਰੀਆਂ ਮਿਠਿਆਈਆਂ ਤਾਜ਼ਾ ਹੁੰਦੀਆਂ ਹਨ।

ਗਾਹਕ – ਤਾਂ ਫਿਰ ਢਾਈ ਪੌਂਡ ਗੁਲਾਬ ਜਾਮਣਾਂ ਦੇ ਦਿਓ।

ਦੁਕਾਨਦਾਰ – ਇਹ ਲਓ ਜੀ ਗੁਲਾਬ ਜਾਮਣਾਂ। ਹੋਰ ਕੋਈ ਚੀਜ਼ ?

ਗਾਹਕ – ਚੀਜ਼ ਕਿਵੇਂ ਲਾਈ ਹੈ ਜੀ ?

ਦੁਕਾਨਦਾਰ – ਚੀਜ਼ ਤਾਂ ਤੁਹਾਨੂੰ ਪਨਸਾਰੀ ਦੀ ਦੁਕਾਨ ਤੋਂ ਮਿਲੇਗੀ।
ਕੋਈ ਹੋਰ ਮਿਠਿਆਈ ਚਾਹੀਦੀ ਹੈ ਤਾਂ ਦਸੋ।

ਗਾਹਕ – ਬਸ ਜੀ, ਹੋਰ ਕੁਝ ਨਹੀਂ ਚਾਹੀਦਾ।ਕਿੰਨੇ ਪੈਸੇ ਬਣੇ ?

ਦੁਕਾਨਦਾਰ – ਤਿੰਨ ਪੌਂਡ ਪੰਝੱਤਰ ਪੈਂਸ ਬਣੇ ਜੀ।

ਗਾਹਕ – ਅਹਿ ਲਓ ਜੀ ਪੈਸੇ। ਧੰਨਵਾਦ।

ਦੁਕਾਨਦਾਰ – ਜੀ ਆਇਆਂ ਨੂੰ। ਫਿਰ ਵੀ ਦਰਸ਼ਨ ਦਿੰਦੇ ਰਹਿਣਾ।

English Numerals	ਪੰਜਾਬੀ ਅੰਕ	ਪੰਜਾਬੀ ਉਚਾਰਣ
1	੧	ਇੱਕ
2	੨	ਦੋ
3	੩	ਤਿੰਨ
4	੪	ਚਾਰ
5	੫	ਪੰਜ
6	੬	ਛੇ
7	੭	ਸੱਤ
8	੮	ਅੱਠ
9	੯	ਨੌਂ
10	੧੦	ਦਸ
11	੧੧	ਗਿਆਰਾਂ
12	੧੨	ਬਾਰਾਂ
13	੧੩	ਤੇਰਾਂ
14	੧੪	ਚੌਦਾਂ
15	੧੫	ਪੰਦਰਾਂ
16	੧੬	ਸੋਲਾਂ
17	੧੭	ਸਤਾਰਾਂ
18	੧੮	ਅਠਾਰਾਂ
19	੧੯	ਉੱਨੀ
20	੨੦	ਵੀਹ
21	੨੧	ਇੱਕੀ
22	੨੨	ਬਾਈ
23	੨੩	ਤੇਈ
24	੨੪	ਚੌਵੀ
25	੨੫	ਪੱਚੀ

English Numerals	ਪੰਜਾਬੀ ਅੰਕ	ਪੰਜਾਬੀ ਉਚਾਰਣ
26	੨੬	ਛੱਬੀ
27	੨੭	ਸਤਾਈ
28	੨੮	ਅਠਾਈ
29	੨੯	ਉਣੱਤੀ
30	੩੦	ਤੀਹ
31	੩੧	ਇਕੱਤੀ
32	੩੨	ਬੱਤੀ
33	੩੩	ਤੇਤੀ
34	੩੪	ਚੌਂਤੀ
35	੩੫	ਪੈਂਤੀ
36	੩੬	ਛੱਤੀ
37	੩੭	ਸੈਂਤੀ
38	੩੮	ਅਠੱਤੀ
39	੩੯	ਉਨਤਾਲੀ
40	੪੦	ਚਾਲੀ
41	੪੧	ਇਕਤਾਲੀ
42	੪੨	ਬਤਾਲੀ
43	੪੩	ਤਰਤਾਲੀ
44	੪੪	ਚੁਤਾਲੀ
45	੪੫	ਪੰਤਾਲੀ
46	੪੬	ਛਿਆਲੀ
47	੪੭	ਸੰਤਾਲੀ
48	੪੮	ਅਠਤਾਲੀ
49	੪੯	ਉਣੰਜਾ
50	੫੦	ਪੰਜਾਹ

ਪਾਠ ੨੦ – ਦਿਨਾਂ ਦੇ ਨਾਂ

ਸੋਮਵਾਰ	ਮੰਗਲਵਾਰ	ਬੁੱਧਵਾਰ	ਵੀਰਵਾਰ	ਸ਼ੁੱਕਰਵਾਰ	ਸ਼ਨਿੱਚਰਵਾਰ	ਐਤਵਾਰ
Monday	Tuesday	Wednesday	Thursday	Friday	Saturday	Sunday

Copy the following tables in your exercise books and complete :

ਅੱਜ (Today)	ਕੱਲ੍ਹ (Yesterday)	ਪਰਸੋਂ (The day before yesterday)
ਅੱਜ ਸੋਮਵਾਰ ਹੈ।	ਕੱਲ੍ਹ ਐਤਵਾਰ ਸੀ।	ਪਰਸੋਂ ਸਨਿੱਚਰਵਾਰ ਸੀ।
ਅੱਜ ਮੰਗਲਵਾਰ ਹੈ।	ਕੱਲ੍ਹ ਸੋਮਵਾਰ ਸੀ।	ਪਰਸੋਂ ਐਤਵਾਰ ਸੀ।
..........ਬੁੱਧਵਾਰ ਹੈ।	ਕੱਲ੍ਹ ਮੰਗਲਵਾਰ ....।	ਪਰਸੋਂ .... ਸੀ।
ਅੱਜ .... ਹੈ।	.... ਬੁੱਧਵਾਰ ਸੀ ।	.........ਮੰਗਲਵਾਰ ਸੀ।
.... ਸ਼ੁੱਕਰਵਾਰ .... ।	ਕੱਲ੍ਹ .... ।	ਪਰਸੋਂ .... ਸੀ।
ਅੱਜ .... ਹੈ।	.... ਸ਼ੁੱਕਰਵਾਰ ....।	ਪਰਸੋਂ .... ।
.... ਹੈ।	ਕੱਲ੍ਹ .... ਸੀ।	.... ਸ਼ੁੱਕਰਵਾਰ ਸੀ।

ਅੱਜ (Today)	ਭਲਕੇ (Tomorrow)	ਪਰਸੋਂ (The day after tommorrow)
ਅੱਜ ਸੋਮਵਾਰ ਹੈ।	ਭਲ਼ਕੇ ਮੰਗਲਵਾਰ ਹੋਵੇਗਾ।	ਪਰਸੋਂ ਬੁੱਧਵਾਰ ਹੋਵੇਗਾ।
ਅੱਜ ਮੰਗਲਵਾਰ ਹੈ।	ਭਲ਼ਕੇ ਬੁੱਧਵਾਰ ਹੋਵੇਗਾ।	ਪਰਸੋਂ ਵੀਰਵਾਰ ਹੋਵੇਗਾ।
.... ਬੁੱਧਵਾਰ ਹੈ।	ਭਲ਼ਕੇ .... ਹੋਵੇਗਾ।	.... ਸ਼ੁੱਕਰਵਾਰ ਹੋਵੇਗਾ।
ਅੱਜ .... ਹੈ।	.... ਸ਼ੁੱਕਰਵਾਰ	ਪਰਸੋ ....।
.... ਸ਼ੁਕੱਰਵਾਰ .....।	ਭਲ਼ਕੇ .... ਹੋਵੇਗਾ।	.... ਐਤਵਾਰ .... ।
ਅੱਜ .... ਹੈ।	.... ਐਤਵਾਰ ......।	ਪਰਸੋਂ .... ਹੋਵੇਗਾ।
.... ਐਤਵਾਰ ਹੈ।	ਭਲ਼ਕੇ .... ਹੋਵੇਗਾ।	ਪਰਸੋਂ ਮੰਗਲਵਾਰ ....।ਖ਼

ਹਫ਼ਤੇ ਵਿੱਚ ਸੱਤ ਦਿਨ ਹੁੰਦੇ ਹਨ।

ਸੋਮਵਾਰ ਤੋਂ ਲੈ ਕੇ ਸ਼ੁੱਕਰਵਾਰ ਤਕ ਹਰ ਰੋਜ਼ ਅਸੀਂ ਸਕੂਲ ਜਾਂਦੇ ਹਾਂ।

ਸਨਿੱਚਰਵਾਰ ਨੂੰ ਅਸੀਂ ਆਪਣੇ ਮਾਤਾ ਜੀ ਨਾਲ ਸ਼ਾਪਿੰਗ ਕਰਨ ਜਾਂਦੇ ਹਾਂ।

ਕਦੀ ਪਾਰਕ ਵਿੱਚ ਅਤੇ ਕਦੀ ਸਪੋਰਟਸ ਸੈਂਟਰ ਵਿੱਚ ਖੇਡਣ ਜਾਂਦੇ ਹਾਂ।

ਹਰ ਐਤਵਾਰ ਸਵੇਰ ਨੂੰ ਅਸੀਂ ਗੁਰਦਵਾਰੇ ਜਾਂਦੇ ਹਾਂ।

ਕਦੀ ਕਦੀ ਸਿਨਮੇ ਵੀ ਜਾਂਦੇ ਹਾਂ।

ਪਾਠ – ੨੧
ਅੰਗ੍ਰੇਜ਼ੀ ਅਤੇ ਪੰਜਾਬੀ ਮਹੀਨਿਆਂ ਅਤੇ ਰੁੱਤਾਂ ਦੇ ਨਾਂ

ਅੰਗ੍ਰੇਜ਼ੀ ਮਹੀਨਿਆਂ ਦੇ ਨਾਂ

ਜਨਵਰੀ	ਫ਼ਰਵਰੀ	ਮਾਰਚ	ਅਪ੍ਰੈਲ	ਮਈ	ਜੂਨ,
ਜੁਲਾਈ	ਅਗਸਤ	ਸਤੰਬਰ	ਅਕਤੂਬਰ	ਨਵੰਬਰ	ਦਸੰਬਰ

ਤੀਹ ਦਿਨ ਸਤੰਬਰ ਦੇ, ਅਪ੍ਰੈਲ ਜੂਨ ਨਵੰਬਰ ਦੇ।
ਫ਼ਰਵਰੀ ਦੇ ਅਠਾਈ, ਬਾਕੀ ਸਭ ਦੇ ਇੱਕ ਤੇ ਤੀਹ।
ਜਦੋਂ ਸਾਲ ਲੀਪ ਦਾ ਆਵੇ, ਅਠਾਈ ਵਿੱਚ ਇੱਕ ਹੋਰ ਮਿਲਾਵੇ।

ਦੇਸੀ ਮਹੀਨਿਆਂ ਦੇ ਨਾਂ

ਚੇਤ	ਵਿਸਾਖ	ਜੇਠ	ਹਾੜ੍ਹ	ਸਾਉਣ	ਭਾਦੋਂ
ਅੱਸੂ	ਕੱਤਾ	ਮੱਘਰ	ਪੋਹ	ਮਾਘ	ਫੱਗਣ

ਰੁੱਤਾਂ

ਬਸੰਤ

ਗਰਮੀ

ਬਰਸਾਤ

ਪੱਤਝੜ

ਸਰਦੀ

ਪਾਠ – ੨੨

ਸਾਡਾ ਘਰ

ਇਹ ਸਾਡਾ ਘਰ ਹੈ। ਮੇਰੇ ਮਾਤਾ ਪਿਤਾ ਇਸ ਨੂੰ ਹਰ ਵੇਲੇ ਸਜਾ ਕੇ ਰੱਖਦੇ ਹਨ। ਸਾਡੇ ਘਰ ਵਿੱਚ ਬਹੁਤ ਸਾਰੀਆਂ ਚੀਜ਼ਾਂ ਹਨ। ਸੌਣ ਵਾਲੇ ਕਮਰਿਆਂ ਵਿੱਚ ਅਸੀ ਸੌਂਦੇ ਹਾਂ। ਖਾਣਾ ਖਾਣ ਵਾਲੇ ਕਮਰੇ ਵਿੱਚ ਅਸੀ ਖਾਣਾ ਖਾਂਦੇ ਹਾਂ। ਲਾਊਂਜ ਵਿੱਚ ਬੈਠ ਕੇ ਅਸੀ ਟੈਲੀਵਿਯਨ ਵੇਖਦੇ ਹਾਂ। ਰਸੋਈ ਵਿੱਚ ਅਸੀ ਖਾਣਾ ਤਿਆਰ ਕਰਦੇ ਹਾਂ। ਇੱਕ ਕਮਰਾ ਪ੍ਰਾਹੁਣਿਆਂ ਦੇ ਬੈਠਣ ਲਈ ਹੈ।

ਘਰ ਦੇ ਅਗਲੇ ਬਗੀਚੇ ਵਿੱਚ ਅਸੀਂ ਗੁਲਾਬ ਅਤੇ ਡੇਲੀਏ ਦੇ ਬੂਟੇ ਲਾਏ ਹੋਏ ਹਨ। ਗਰਮੀ ਦੀ ਰੁੱਤ ਵਿੱਚ ਉਹਨਾਂ ਨੂੰ ਸੁਹਣੇ ਸੁਹਣੇ ਫੁੱਲ ਲੱਗਦੇ ਹਨ।

ਪਿਛਲੇ ਬਗੀਚੇ ਵਿੱਚ ਘਾਹ ਦਾ ਇੱਕ ਵੱਡਾ ਮੈਦਾਨ ਹੈ ਉੱਥੇ ਮੈਂ ਆਪਣੇ ਭੈਣ ਭਰਾਵਾਂ ਨਾਲ ਰਲ ਕੇ ਖੇਡਦਾ ਹਾਂ ਕਦੀ ਕਦੀ ਮੇਰੀ ਭੈਣ ਦੀਆਂ ਸਹੇਲੀਆਂ ਵੀ ਖੇਡਣ ਆਉਂਦੀਆਂ ਹਨ। ਕਦੀ ਕਦੀ ਮੈਂ ਆਪਣੇ ਦੋਸਤਾਂ ਮਿੱਤਰਾਂ ਨਾਲ ਵੀ ਖੇਡਦਾ ਹਾਂ।

ਮੈਨੂੰ ਸਾਡਾ ਘਰ ਬਹੁਤ ਪਿਆਰਾ ਲੱਗਦਾ ਹੈ। ਦਿਨ ਵੇਲੇ ਮਾਤਾ ਜੀ ਅਤੇ ਪਿਤਾ ਜੀ ਕੰਮ ਤੇ ਜਾਂਦੇ ਹਨ ਤੇ ਅਸੀ ਆਪਣੇ ਸਕੂਲ ਜਾਂਦੇ ਹਾਂ। ਸ਼ਾਮ ਨੂੰ ਅਸੀ ਸਾਰੇ ਘਰ ਹੁੰਦੇ ਹਾਂ। ਕੁਝ ਸਮਾਂ ਇੰਟਰਨੈਟ ਰਾਹੀ ਦਿਲ ਪਰਚਾਉਂਦੇ ਹਾਂ ਅਤੇ ਸਕੂਲੋਂ ਮਿਲਿਆ ਕੰਮ ਕਰਦੇ ਹਾਂ। ਸਾਡੇ ਗਵਾਂਢੀ ਬਹੁਤ ਚੰਗੇ ਹਨ। ਉਹ ਸਾਨੂੰ ਸਦਾ ਮੁਸਕਰਾ ਕੇ ਮਿਲਦੇ ਹਨ। ਸਾਡੇ ਸ਼ਹਿਰ ਵਿੱਚ ਬਹੁਤ ਸੁਹਣੀਆਂ ਥਾਵਾਂ ਹਨ। ਪਰ ਮੈਨੂੰ ਸਾਡਾ ਘਰ ਸਭ ਤੋਂ ਵੱਧ ਪਿਆਰਾ ਲੱਗਦਾ ਹੈ।

Write in Panjabi 10 sentences about your house in your exercise books.

ਪਾਠ – ੨੩ ਇੱਕ ਮੇਰਾ ਵੀਰ ਤੇ ਇੱਕੋ ਮੇਰੀ ਭੈਣ

ਮੇਰੇ ਵੀਰ ਦਾ ਨਾਂ ਹਰਜੀਤ ਸਿੰਘ ਹੈ। ਉਹ ਮੇਰੇ ਨਾਲੋਂ ਵੱਡਾ ਹੈ। ਮੇਰੀ ਭੈਣ ਦਾ ਨਾਂ ਚਰਨਜੀਤ ਹੈ। ਉਹ ਮੇਰੇ ਨਾਲੋਂ ਛੋਟੀ ਹੈ।

ਮੇਰੇ ਵੀਰ ਦਾ ਕੱਦ ਲੰਬਾ ਹੈ। ਉਸ ਦੇ ਵਾਲ ਕਾਲੇ ਹਨ। ਉਹ ਵਾਲਾਂ ਦਾ ਜੂੜਾ ਕਰਦਾ ਹੈ ਅਤੇ ਸਿਰ ਤੇ ਪੱਗ ਬੰਨ੍ਹਦਾ ਹੈ। ਛੋਟੀ ਉਮਰ ਵਿੱਚ ਉਹ ਪਟਕਾ ਬੰਨ੍ਹਦਾ ਹੁੰਦਾ ਸੀ। ਉਹ ਹਰ ਰੋਜ਼ ਸਵੇਰੇ ਸੱਤ ਵਜੇ ਉਠਦਾ ਹੈ। ਮੇਰੀ ਭੈਣ ਵੀ ਸੱਤ ਵਜੇ ਉਠਦੀ ਹੈ। ਨਾਸ਼ਤਾ ਕਰਨ ਤੋਂ ਪਹਿਲਾਂ ਅਸੀਂ ਸਭ ਇਸ਼ਨਾਨ ਕਰਦੇ ਹਾਂ। ਭੈਣ ਆਪਣੇ ਵਾਲਾਂ ਨੂੰ ਕੰਘੀ ਕਰਕੇ ਗੁੱਤ ਕਰਦੀ ਹੈ। ਨਾਸ਼ਤਾ ਕਰਨ ਤੋ ਬਾਅਦ ਵੀਰ ਆਪਣੇ ਕਾਲਜ ਚਲਾ ਜਾਂਦਾ ਹੈ। ਮੇਰੀ ਭੈਣ ਮੇਰੇ ਨਾਲ ਅੱਠ ਵਜੇ ਸਕੂਲ ਚੱਲ ਪੈਂਦੀ ਹੈ।

ਮੇਰੇ ਵੀਰ ਦੀ ਮਨ ਪਸੰਦ ਖੇਡ ਫੁੱਟਬਾਲ ਹੈ ਅਤੇ ਆਪਣੇ ਮਿੱਤਰਾਂ ਨਾਲ ਹਰ ਐਤਵਾਰ ਖੇਡਣ ਜਾਂਦਾ ਹੈ। ਪਰ ਭੈਣ ਨੂੰ ਚਿੜੀ ਛਿੱਕੇ ਦੀ ਖੇਡ ਪਿਆਰੀ ਲੱਗਦੀ ਹੈ। ਉਹ ਮੇਰੇ ਨਾਲ ਰਲ ਕੇ ਸਕੂਲ ਵਿੱਚ ਜਾਂ ਸਪੋਰਟਸ ਸੈਂਟਰ ਵਿੱਚ ਚਿੜੀ ਛਿੱਕਾ ਖੇਡਦੀ ਹੈ।

ਉਹ ਦੋਨੋ ਹਰ ਕਿਸੇ ਨੂੰ ਸਤਿਕਾਰ ਨਾਲ 'ਜੀ' ਕਹਿ ਕੇ ਬੁਲਾਉਂਦੇ ਹਨ। ਘਰ ਵਿੱਚ ਮਾਤਾ ਪਿਤਾ ਨਾਲ ਹਰ ਕੰਮ ਵਿੱਚ ਹੱਥ ਵਟਾਉਂਦੇ ਹਨ। ਉਹ ਦੋਨੋ ਸਨਿੱਚਰਵਾਰ ਵਾਲੇ ਦਿਨ ਪੰਜਾਬੀ ਪੜ੍ਹਨ ਲਈ ਗੁਰਦਵਾਰੇ ਜਾਂਦੇ ਹਨ। ਘਰ ਵਿੱਚ ਅਸੀਂ ਸਾਰੇ ਪੰਜਾਬੀ ਬੋਲਦੇ ਹਾਂ। ਸਕੂਲ ਵਿੱਚ ਸਾਡੇ ਅਧਿਆਪਕ ਸਾਨੂੰ ਬਹੁਤ ਹੁਸ਼ਿਆਰ ਸਮਝਦੇ ਹਨ ਕਿਉਂਕਿ ਅਸੀਂ ਅੰਗ੍ਰੇਜ਼ੀ ਅਤੇ ਪੰਜਾਬੀ ਦੋਹਾਂ ਬੋਲੀਆਂ ਵਿੱਚ ਗੱਲਾਂ ਕਰ ਸਕਦੇ ਹਾਂ।

(A) Write the equivalents of the folowing words in Panjabi:
height, turban, daily, breakfast, bath, favourite, badminton, respect, help, clever

(B) ਆਪਣੇ ਭਰਾ ਜਾਂ ਆਪਣੀ ਭੈਣ ਬਾਰੇ ੧੦੦ ਸ਼ਬਦਾਂ ਦਾ ਇੱਕ ਲੇਖ ਲਿਖੋ।

ਪਾਠ – ੨੪ ਸਿੱਖ ਗੁਰੂ ਸਾਹਿਬਾਨ

ਨਾਂ	ਜਨਮ ਅਸਥਾਨ	ਜੀਵਨ ਕਾਲ
੧. ਗੁਰੂ ਨਾਨਕ ਦੇਵ ਜੀ	ਨਨਕਾਣਾ ਸਾਹਿਬ (ਪਾਕਿਸਤਾਨ)	੧੪੬੯ – ੧੫੩੯ ੭੦ ਸਾਲ
੨. ਗੁਰੂ ਅੰਗਦ ਦੇਵ ਜੀ	ਮੱਤੇ ਦੀ ਸਰਾਂ (ਮੁਕਤਸਰ)	੧੫੦੪ – ੧੫੫੨ ੮੪ ਸਾਲ
੩. ਗੁਰੂ ਅਮਰ ਦਾਸ ਜੀ	ਬਾਸਰਕੇ (ਅੰਮ੍ਰਿਤਸਰ)	੧੪੭੯ – ੧੫੭੪ ੯੫ ਸਾਲ
੪. ਗੁਰੂ ਰਾਮ ਦਾਸ ਜੀ	ਲਾਹੌਰ (ਪਾਕਿਸਤਾਨ)	੧੫੩੪ – ੧੫੮੧ ੪੭ ਸਾਲ
੫. ਗੁਰੂ ਅਰਜਨ ਦੇਵ ਜੀ	ਗੋਇੰਦਵਾਲ (ਅੰਮ੍ਰਿਤਸਰ)	੧੫੬੩ – ੧੬੦੬ ੪੩ ਸਾਲ
੬. ਗੁਰੂ ਹਰਗੋਬਿੰਦ ਜੀ	ਗੁਰੂ ਕੀ ਵਡਾਲੀ (ਅੰਮ੍ਰਿਤਸਰ)	੧੫੯੫ – ੧੬੪੪ ੪੯ ਸਾਲ
੭. ਗੁਰੂ ਹਰ ਰਾਇ ਜੀ	ਕੀਰਤਪੁਰ (ਰੋਪੜ)	੧੬੩੦ – ੧੬੬੧ ੩੧ ਸਾਲ
੮. ਗੁਰੂ ਹਰਕ੍ਰਿਸ਼ਨ ਜੀ	ਕੀਰਤਪੁਰ (ਰੋਪੜ)	੧੬੫੬ – ੧੬੬੪ ੮ ਸਾਲ
੯. ਗੁਰੂ ਤੇਗ ਬਹਾਦਰ ਜੀ	ਅੰਮ੍ਰਿਤਸਰ	੧੬੨੧ – ੧੬੭੫ ੫੪ ਸਾਲ
੧੦. ਗੁਰੂ ਗੋਬਿੰਦ ਸਿੰਘ ਜੀ	ਪਟਨਾ ਸਾਹਿਬ (ਬਿਹਾਰ)	੧੬੬੬ – ੧੭੦੮ ੪੨ ਸਾਲ

ਗੁਰੂ ਗੋਬਿੰਦ ਸਿੰਘ ਜੀ ਨੇ ੧੭੦੮ ਵਿੱਚ ਜੋਤੀ ਜੋਤ ਸਮਾਉਣ ਸਮੇਂ ਗੁਰੂ ਗ੍ਰੰਥ ਸਾਹਿਬ ਜੀ ਨੂੰ ਗੁਰਗੱਦੀ ਦੀ ਸੌਂਪਣਾ ਕੀਤੀ ਅਤੇ ਖ਼ਾਲਸਾ ਪੰਥ ਨੂੰ ਹੁਕਮ ਜਾਰੀ ਕੀਤਾ ਕਿ ਅਗੋਂ ਲਈ ਗੁਰੂ ਗ੍ਰੰਥ ਸਾਹਿਬ ਜੀ ਨੂੰ ਦਸ ਗੁਰੂਆਂ ਦੀ ਜੋਤ ਸਮਝ ਕੇ ਗੁਰੂ ਮੰਨਣਾ। ਇਸੇ ਲਈ ਸਿੱਖ ਧਰਮ ਵਿੱਚ ਕਿਸੇ ਦੇਹ ਧਾਰੀ ਵਿਅਕਤੀ ਨੂੰ ਗੁਰੂ ਦੇ ਤੌਰ ਤੇ ਸਵੀਕਾਰ ਨਹੀ ਕੀਤਾ ਜਾ ਸਕਦਾ।

Exercise : Copy the whole page on Sikh Gurus writing all numbers in English.

ਪਾਠ – ੨੫

ਪੰਜ ਪਿਆਰੇ

Name	Previous name & Backgroud	Meaning of the first name
ਭਾਈ ਦਇਆ ਸਿੰਘ ਜੀ	ਦਇਆ ਰਾਮ ਲਾਹੌਰ ਤੋਂ ਇਕ ਖੱਤਰੀ	compassion
ਭਾਈ ਧਰਮ ਸਿੰਘ ਜੀ	ਧਰਮ ਦਾਸ ਰੋਹਤਕ ਤੋਂ ਇਕ ਜੱਟ	moral duty
ਭਾਈ ਮੋਹਕਮ ਸਿੰਘ ਜੀ	ਮੋਹਕਮ ਚੰਦ ਦਵਾਰਕਾ ਤੋਂ ਇਕ ਧੋਬੀ	fortitude
ਭਾਈ ਹਿੰਮਤ ਸਿੰਘ ਜੀ	ਹਿੰਮਤ ਰਾਇ ਜਗਨ ਨਾਥ ਪੁਰੀ ਤੋਂ ਇਕ ਝੀਵਰ	courage
ਭਾਈ ਸਾਹਿਬ ਸਿੰਘ ਜੀ	ਸਾਹਿਬ ਚੰਦ ਬਿਦਰ ਤੋਂ ਇਕ ਨਾਈ	mastery over the self

ਪੰਜ ਪਿਆਰਿਆਂ ਬਾਰੇ ਤੁਸੀ ਹੋਰ ਕੀ ਜਾਣਦੇ ਹੋ ? ਆਪਣੇ ਅਧਿਆਪਕ ਅਤੇ ਜਮਾਤੀਆਂ ਨਾਲ ਵਿਚਾਰ ਵਟਾਂਦਰਾ (Discussion) ਕਰੋ।

ਚਾਰ ਸਾਹਿਬਜ਼ਾਦੇ

ਨਾਂ	ਸ਼ਹੀਦੀ ਸਮੇ ਉਹਨਾਂ ਦੀ ਉਮਰ
ਸਾਹਿਬਜ਼ਾਦਾ ਅਜੀਤ ਸਿੰਘ ਜੀ	ਤੇਰਾਂ ਸਾਲ
ਸਾਹਿਬਜ਼ਾਦਾ ਜੁਝਾਰ ਸਿੰਘ ਜੀ	ਗਿਆਰਾਂ ਸਾਲ
ਸਾਹਿਬਜ਼ਾਦਾ ਜ਼ੋਰਾਵਰ ਸਿੰਘ ਜੀ	ਨੌਂ ਸਾਲ
ਸਾਹਿਬਜ਼ਾਦਾ ਫ਼ਤਹਿ ਸਿੰਘ ਜੀ	ਸੱਤ ਸਾਲ

ਪ੍ਰਸ਼ਨ :

੧. ਸਭ ਤੋਂ ਵੱਡੇ ਸਾਹਿਬਜ਼ਾਦੇ ਦਾ ਨਾਂ ਕੀ ਸੀ ?

੨. ਸਭ ਤੋਂ ਛੋਟੇ ਸਾਹਿਬਜ਼ਾਦੇ ਦਾ ਨਾਂ ਕੀ ਸੀ ?

੩. ਬਾਕੀ ਦੋ ਸਾਹਿਬਜ਼ਾਦਿਆਂ ਦੇ ਨਾਂ ਲਿਖੋ।

ਪਾਠ – ੨੬
ਬੁੱਝੋ ਭਲਾ

1. ਬਾਤ ਪਾਵਾਂ ?
ਪਾ ਵੀ ਲਈ।

2. ਆ ਚੱਲੀਏ
ਮੈਂ ਜਾਣਾ।

3. ਐਨੀ ਕੁ ਡੱਡ
ਕਦੇ ਨਾਲ, ਕਦੇ ਅੱਡ।

4. ਨਿੱਕੀ ਜਿਹੀ ਕੁੜੀ
ਲੈ ਪਰਾਂਦਾ ਤੁਰੀ।

5. ਔਹ ਗਈ
ਔਹ ਗਈ।

6. ਮੈਂ ਬਾਤ ਪਾਵਾਂ ?
ਤੇਰਾ ਨੱਕ ਵੱਢ ਖਾਵਾਂ ?

7. ਨੀਲੀ ਟਾਕੀ, ਚਾਵਲ ਬੱਧੇ
ਦਿਨੇ ਗੁਆਚੇ, ਰਾਤੀਂ ਲੱਭੇ।

8. ਸਾਡੇ ਖੇਤ ਪਿਆ ਡੱਬਾ
ਚੁੱਕ ਨੀ ਹੁੰਦਾ, ਚੁਕਾ ਰੱਬਾ।

9. ਮਾਂ ਜੰਮੀ ਨਾ
ਪੁੱਤ ਕੋਠੇ ਤੇ।

10. ਬਾਹਰੋਂ ਆਇਆ, ਬਾਬਾ ਲੋਧੀ
ਛੇ ਟੰਗਾਂ ਇੱਕ ਬੋਦੀ।

11. ਵਲੈਤੀ ਨੱਢੀ
ਤੰਦੂਰ'ਚ ਲੱਤਾਂ।

12. ਬਾਹਰੋਂ ਆਇਆ ਬਾਬਾ ਬੋਕ
ਦੱਬੋ ਪੂਛ, ਮਾਰੇ ਮੋਕ।

13. ਐਨੀ ਕੁ ਹੱਟੀ
ਵਿੱਚ ਬੈਠੀ ਗੁਲਾਬੋ ਜੱਟੀ।

14. ਬਾਪੂ ਕਹਿਣ ਤੇ ਅੜ ਜਾਂਦੇ
ਚਾਚਾ ਕਹਿਣ ਤੇ ਖੁੱਲ੍ਹ ਜਾਂਦੇ।

15. ਮਾਂ ਜੰਮੀ ਪਹਿਲਾਂ
ਬਾਪੂ ਜੰਮਿਆ ਪਿੱਛੋਂ
ਬਾਪੂ ਨੇ ਅੱਖ ਮਟਕਾਈ
ਵਿੱਚੋਂ ਦਾਦੀ ਨਿੱਕਲ ਆਈ।

16. ਲਿਆਂਦਾ ਤੈਨੂੰ ਮੁੱਲ ਕੁੜੇ
ਬਣਾਇਆ ਤੈਨੂੰ ਧੀ ਕੁੜੇ
ਖਾਂਦੀ ਪੀਂਦੀ ਨਿੱਘਰ ਗਈ
ਹੋਇਆ ਤੈਨੂੰ ਕੀ ਕੁੜੇ।

17. ਕਾਲੀ ਕਲੋਟੀ, ਮਿਠੜੇ ਬੋਲ
ਕੂ ਕੂ ਕਰਦੀ ਅੰਬਾਂ ਦੇ ਕੋਲ।

18. ਇੱਕ ਜਾਨਵਰ ਅਸਲੀ
ਨਾ ਹੱਡੀ ਨਾ ਪਸਲੀ।

19. ਆਈ ਸੀ
ਪਰ ਦੇਖੀ ਨਹੀਂ।

20. ਨਿੱਕਾ ਜਿਹਾ ਸਿਪਾਹੀ
ਉਹਦੀ ਖਿੱਚਕੇ
ਵਰਦੀ ਲਾਹੀ।

21. ਐਸਾ ਦੱਸੋ ਕੌਣ ਸ਼ੈਤਾਨ
ਨੱਕ ਤੇ ਬੈਠੇ ਪਕੜੇ ਕਾਨ।

22. ਅੰਮਾਂ ਅੰਮਾਂ ਮੈਂ ਜਾਨਾਂ
ਹਿੱਸਾ ਮੇਰਾ ਪੰਜਵਾਂ
ਮੈਂ ਅੱਧ'ਚ ਕਮਾਨਾਂ।

23. ਮੈਂ ਬੈਠਾ ਹਾਂ ਵਿੱਚ ਲੰਡਨ ਦੇ
ਔਹ ਹੁਣ ਡਰਬੀ ਆਈ
ਵੈਨਕੂਵਰ ਦੀ ਹੱਦ ਟੱਪ ਗਿਆ
ਸੂਈ ਜਦੋਂ ਘੁਮਾਈ।

24. ਡਿੱਠਾ ਇੱਕ ਅਚਰਜ ਮਨੁੱਖ
ਸੂਰਜ ਵਲ ਨੂੰ ਰੱਖੇ ਮੁੱਖ
ਧੁੱਪੇ ਨਹੀਂ ਘਬਰਾਂਦਾ
ਸੂਰਜ ਵੱਲੇ ਭੱਜ ਭੱਜ ਜਾਂਦਾ।

Find answers to above riddles from the list given below :

(ਬੁਰਕੀ, ਜੁੱਤੀ, ਕੁੰਜੀ, ਸੂਈ ਧਾਗਾ, ਨਿਗਾਹ, ਪਿਆਜ਼, ਤਾਰੇ, ਖੂਹ, ਧੂਆਂ, ਤਕੜੀ, ਸਕਰਟ, ਨਲਕਾ, ਜੀਭ, ਬੱਲ੍ਹ, ਕਪਾਹ, ਕੜਛੀ, ਕੋਇਲ, ਗੰਡ ਗਡੋਲਾ, ਨੀਂਦ, ਕੇਲਾ, ਐਨਕ, ਅੰਗੂਠਾ ਰੇਡੀਓ, ਸੂਰਜ ਮੁਖੀ ਫੁੱਲ।)

ਪਾਠ– ੨੭ ਚੁਟਕਲੇ

ਹੱਸਣ ਤੋਂ ਪਹਿਲਾਂ

Find the meanings of the following words from the list given below :
tail, to pull, spotty, lawyer, lie, thief, rags, court, singular, plural, barren land, grow, example, watchman, butcher, he-goat, slaughterhouse.

ਬੁਚੜਖਾਨਾ, ਬੱਕਰਾ, ਕਸਾਈ, ਚੌਂਕੀਦਾਰ, ਉਦਾਹਰਣ, ਉੱਗਣਾ, ਬੰਜਰ ਜ਼ਮੀਨ, ਇੱਕ ਬਚਨ, ਬਹੁ ਬਚਨ, ਅਦਾਲਤ, ਪਾਟੇ ਪੁਰਾਣੇ ਕੱਪੜੇ, ਚੋਰ, ਝੂਠ ਵਕੀਲ, ਡੱਬੂ, ਖਿੱਚਣਾ, ਪੂਛ।

ਹੁਣ ਜ਼ਰਾ ਹੱਸ ਵੀ ਲਓ

ਕੁੱਤਾ ਚਊਂ ਚਊਂ ਕਰ ਰਿਹਾ ਸੀ।
ਪਿਤਾ ਨੇ ਪੁੱਤਰ ਨੂੰ ਕਿਹਾ, "ਬੇਟਾ, ਕੁੱਤੇ ਦੀ ਪੂਛ ਨਾ ਖਿੱਚ।"
"ਪਿਤਾ ਜੀ, ਖਿੱਚ ਤਾਂ ਡੱਬੂ ਰਿਹਾ ਹੈ, ਮੈਂ ਤਾਂ ਕੇਵਲ ਫੜੀ ਹੀ ਹੋਈ ਐ।"

☆☆☆

"ਤੇਰਾ ਵਕੀਲ ਕਿੱਥੇ ਹੈ ?" ਜੱਜ ਨੇ ਚੋਰ ਨੂੰ ਪੁੱਛਿਆ।
"ਜੀ ਮੇਰਾ ਕੋਈ ਵਕੀਲ ਨਹੀਂ ਹੈ। ਮੈਂ ਆਪ ਹੀ ਝੂਠ ਬੋਲ ਸਕਦਾ ਹਾਂ," ਚੋਰ ਨੇ ਕਿਹਾ।

☆☆☆

ਜੱਜ ਨੇ ਚੋਰ ਨੂੰ ਪੁਛਿਆ, "ਤੂੰ ਕੋਟ ਚੋਰੀ ਕਿਉਂ ਕੀਤਾ ਸੀ।"
"ਜੀ, ਤੁਸੀਂ ਹੀ ਦੱਸੋ, ਕੀ ਮੈਂ ਅਦਾਲਤ ਵਿੱਚ ਪਾਟੇ ਕੱਪੜੇ ਪਾ ਕੇ ਆਉਂਦਾ ਚੰਗਾ ਲਗਦਾ ਸੀ ?" ਚੋਰ ਨੇ ਕਿਹਾ।

☆☆☆

ਕਲਾਸ ਵਿੱਚ ਅਧਿਆਪਕ ਨੇ ਬੱਚਿਆਂ ਨੂੰ ਪੁੱਛਿਆ, "ਪਜਾਮਾ ਇੱਕ ਬਚਨ ਹੈ ਜਾਂ ਬਹੁ ਬਚਨ ?"
ਰਾਜੂ ਝੱਟ ਬੋਲ ਪਿਆ, "ਜੀ ਉੱਪਰੋਂ ਇੱਕ ਵਚਨ, ਹੇਠੋਂ ਬਹੁ ਵਚਨ।"

☆☆☆

ਇੱਕ ਕਸਾਈ (ਬੁੱਚੜ) ਇੱਕ ਬੱਕਰੇ ਨੂੰ ਕੰਨੋਂ ਫੜ ਕੇ ਬੁੱਚੜਖਾਨੇ ਲਈ ਜਾ ਰਿਹਾ ਸੀ। ਰਾਣੋ ਨੇ ਪੁੱਛਿਆ, "ਤੁਸੀਂ ਇਸ ਬੱਕਰੇ ਨੂੰ ਕਿੱਥੇ ਲਿਜਾ ਰਹੇ ਹੋ ?"
"ਬੁੱਚੜਖਾਨੇ" ਕਸਾਈ ਨੇ ਕਿਹਾ ।
"ਅੱਛਾ ! ਮੈਂ ਸਮਝਿਆ, ਕਿਸੇ ਸਕੂਲ ਨੂੰ ਲਈ ਜਾ ਰਹੇ ਹੋ।"

☆☆☆

ਪਾਠ – ੨੮
ਨਿੱਕੀ ਗੱਲਬਾਤ (Micro Dialogue)

Work in groups to act out the following dialogues :

ਅਮਰ – ਸਤਿਸ੍ਰੀਅਕਾਲ ਹਰਪਾਲ।
ਹਰਪਾਲ – ਸਤਿਸ੍ਰੀਅਕਾਲ ਜੀ।

ਅਧਿਆਪਕ – ਗੁੱਡੀ ਤੁਹਾਡਾ ਨਾਂ ਕੀ ਐ ?
ਪਰਮਜੀਤ – ਮੇਰਾ ਨਾਂ ਪਰਮਜੀਤ ਐ, ਤੁਹਾਡਾ ਨਾਂ ਕੀ ਐ ਜੀ ?
ਅਧਿਆਪਕ – ਮੇਰਾ ਨਾਂ ਸੋਹਣ ਸਿੰਘ ਐ।

ਪ੍ਰੀਤ – ਕੀ ਹਾਲ ਐ, ਤੇਜ ?
ਤੇਜ – ਠੀਕ ਐ, ਤੂੰ ਆਪਣਾ ਸੁਣਾ।

ਗੁਰਮੀਤ – ਤੂੰ ਸਕੂਲ ਕਿਵੇਂ ਆਉਂਦਾ ਹੈਂ ?
ਚਰਨਜੀਤ – ਬੱਸ ਤੇ, ਤੂੰ ਕਿਵੇਂ ਆਉਨੈ ?
ਗੁਰਮੀਤ – ਪੈਦਲ।

ਕਮਲ – ਏਥੇ ਆਉਣ ਤੋਂ ਪਹਿਲਾਂ ਤੂੰ ਕਿਹੜੇ ਸਕੂਲ ਜਾਂਦੀ ਸੀ ?
ਰਾਣੀ – ਚਰਚ ਰੋਡ ਜੂਨੀਅਰ।

ਟੀਚਰ – ਮਨਜੀਤ, ਇਹ ਕਿਤਾਬ ਤੇਰੀ ਐ ?
ਮਨਜੀਤ – ਹਾਂ ਜੀ, ਇਹ ਕਿਤਾਬ ਮੇਰੀ ਐ।
ਟੀਚਰ – ਲੈ ਫਿਰ, ਤੂੰ ਲੈ ਲੈ।
ਮਨਜੀਤ – ਧੰਨਵਾਦ ਜੀ।

(Substitute ਕੁਰਸੀ, ਕਾਪੀ, ਪੈਨਸਿਲ, ਰਬੜ, ਘੜੀ, ਕੁੰਜੀ etc. for ਕਿਤਾਬ)

ਟੀਚਰ – ਕਿਰਨ, ਇਹ ਚਾਬੀਆਂ ਤੇਰੀਆਂ ਨੇ ?
ਕਿਰਨ – ਹਾਂ ਜੀ, ਇਹ ਚਾਬੀਆਂ ਮੇਰੀਆਂ ਨੇ।
ਟੀਚਰ – ਲੈ ਫਿਰ, ਤੂੰ ਲੈ ਲੈ।
ਕਿਰਨ – ਧੰਨਵਾਦ ਜੀ।

(Substitute ਕੁਰਸੀਆਂ, ਕਾਪੀਆਂ, ਪੈਨਸਿਲਾਂ, ਰਬੜਾਂ, ਘੜੀਆਂ, ਕੁੰਜੀਆਂ etc. for ਚਾਬੀਆਂ

ਬਲਜੀਤ – ਰਾਣੀ, ਇਹ ਡੱਬਾ ਤੇਰਾ ਐ ?
ਰਾਣੀ – ਨਹੀਂ ਬਲਜੀਤ, ਇਹ ਡੱਬਾ ਤਾਂ ਗੁਰਸ਼ਰਨ ਦਾ ਐ।
ਬਲਜੀਤ – ਲੈ ਫਿਰ, ਇਹ ਉਸ ਨੂੰ ਦੇ ਦੇ।
ਰਾਣੀ – ਅੱਛਾ ਜੀ ।
(Substitute ਬਟੂਆ, ਪੈੱਨ, ਰੂਲਰ, ਥੈਲਾ, ਫ਼ੋਲਡਰ etc. for ਡੱਬਾ

ਊਸ਼ਾ – ਇਹ ਫੋਟੋ ਤੇਰੇ ਨੇ ?
ਬਿਮਲਾ – ਨਹੀਂ ਜੀ, ਮੇਰੀ ਸ਼ਕਲ ਤਾਂ ਇਹਨਾਂ ਨਾਲੋਂ ਕਿਤੇ ਚੰਗੀ ਐ।

ਤਰਨਜੀਤ – ਬਲਬੀਰ, ਇਹ ਪੈਸੇ ਤੇਰੇ ਨੇ ?
ਬਲਬੀਰ – ਹਾਂ ਜੀ, ਇਹ ਪੈਸੇ ਮੇਰੇ ਹਨ।
ਤਰਨਜੀਤ – ਲੈ ਫਿਰ, ਸੰਭਾਲ ਇਹਨਾਂ ਨੂੰ।

ਸਰਬਜੀਤ – ਸਰ, ਇਹ ਰਜਿਸਟਰ ਤੁਹਾਡੇ ਨੇ ?
ਆਧਿਆਪਕ – ਹਾਂ ਸਰਬਜੀਤ, ਇਹ ਮੇਰੇ ਈ ਹਨ।

ਅਧਿਆਪਕ – ਰਾਣੀ, ਤੇਰਾ ਭਰਾ ਕਿਹੜੇ ਕਾਲਜ ਜਾਂਦਾ ਹੈ ?
ਰਾਣੀ – ਜੀ, ਉਹ ਸਿਟੀ ਕਾਲਜ ਜਾਂਦਾ ਐ।
ਅਧਿਆਪਕ – ਤੇਰੀ ਭੈਣ ਕਿਹੜੇ ਕਾਲਜ ਜਾਂਦੀ ਐ ?
ਰਾਣੀ – ਜੀ ਉਹ ਕਾਲਜ ਨਹੀਂ ਜਾਂਦੀ, ਸਕੂਲ ਜਾਂਦੀ ਐ।

ਸ਼ਾਮ ਸਿੰਘ – ਗੁੱਡੀ, ਤੇਰੇ ਪਿਤਾ ਜੀ ਘਰੇ ਨੇ ?
ਗੁੱਡੀ – ਨਹੀਂ ਜੀ, ਉਹ ਘਰ ਨਹੀਂ ਹਨ।

ਹਰਜੋਤ – ਅੰਕਲ ਜੀ, ਤੁਸੀ ਕੀ ਪੀਓਗੇ ?
ਅੰਕਲ – ਚਾਹ ਦਾ ਕੱਪ ਪੀ ਲਵਾਗਾ, ਬਿਨਾ ਖੰਡ ਤੋਂ।

ਅਧਿਆਪਕ – ਰਾਜੂ, ਤੇਰੇ ਪਿਤਾ ਜੀ ਕੀ ਕਰਦੇ ਹਨ ?
ਰਾਜੂ – ਜੀ ਉਹ ਬੈਂਕ ਮੈਨੇਜਰ ਹਨ।

ਪਾਠ - ੨੯

ਨਾ ਜੀ, ਮੈਂ ਤਾਂ ....

Work in pairs to act out the following dialogues :

ਅਮਰ – ਚਲ ਚਰਨ ਸਿਨਮੇ ਚੱਲੀਏ।
ਚਰਨ – ਨਾ ਜੀ, ਮੈਂ ਤਾਂ ਖੇਡਣ ਜਾਣੈ।

ਪਾਲ – ਚਲ ਰਾਜੂ, ਮੇਲੇ ਚੱਲੀਏ।
ਰਾਜੂ – ਨਾ ਜੀ, ਮੈਂ ਤਾਂ ਸਿਨਮੇ ਜਾਣੈ।

ਗੁਰਦੀਪ – ਚੱਲ ਜੋਤੀ, ਟਾਊਨ ਚੱਲੀਏ।
ਜੋਤੀ – ਨਾ ਜੀ, ਮੈਂ ਤਾਂ ਗੁਰਦਵਾਰੇ ਜਾਣੈ।

ਹਰਜੋਤ – ਚੱਲ ਜਗਦੀਸ਼, ਪੰਜਾਬ ਚੱਲੀਏ।
ਜਗਦੀਸ਼ – ਨਾ ਜੀ, ਮੈਂ ਤਾਂ ਕੈਨੇਡਾ ਜਾਣੈ।

ਪ੍ਰੀਤਮ – ਚੱਲ ਗੁਰਪ੍ਰੀਤ, ਅੰਮ੍ਰਿਤਸਰ ਚੱਲੀਏ।
ਗੁਰਪ੍ਰੀਤ – ਨਾ ਜੀ, ਮੈਂ ਤਾਂ ਲੁਧਿਆਣੇ ਜਾਣੈ।

ਬਲਰਾਜ – ਚੱਲ ਸੋਨੀ, ਟੈਲੀਵਿਯਨ ਹੀ ਲਾ ਦੇ।
ਸੋਨੀ – ਨਾ ਜੀ ਮੈਂ ਤਾਂ ਰੇਡੀਓ ਸੁਣਨੈ।

ਹਰਜੀਤ – ਆ ਸੋਹਨ, ਤਾਸ਼ ਖੇਡੀਏ।
ਸੋਹਣ – ਨਾ ਜੀ, ਮੈਨੂੰ ਤਾਂ ਨੀਂਦ ਆਉਂਦੀ ਐ।

ਸੋਹਣ – ਆ ਚਮਕੌਰ, ਫੁੱਟਬਾਲ ਖੇਡੀਏ।
ਚਮਕੌਰ – ਨਾ ਜੀ, ਮੈਂ ਤਾਂ ਕਬੱਡੀ ਖੇਡਣ ਜਾਣੈ।

ਹਰਕੀਰਤ – ਆ ਪਾਲੀ, ਪਾਰਕ ਚੱਲੀਏ।
ਪਾਲੀ – ਨਾ ਜੀ, ਮੈਂ ਤਾਂ ਹੋਮਵਰਕ ਕਰਨੈ।

ਪਾਠ – ੩੦
ਵੱਡਾ ਦਰਖ਼ਤ–ਛੋਟਾ ਦਰਖ਼ਤ

ਸਾਡੇ ਖੇਤ ਵਿੱਚ ਇੱਕ ਬਹੁਤ ਵੱਡਾ ਦਰਖ਼ਤ ਸੀ। ਉਹ ਵੱਡਾ ਤਾਂ ਬਹੁਤ ਸੀ ਪਰ ਉਸ ਨੂੰ ਕੋਈ ਫਲ ਨਹੀਂ ਸੀ ਲੱਗਦਾ। ਫੁੱਲ ਵੀ ਲੱਗਦੇ ਤਾਂ ਸਨ ਪਰ ਛੇਤੀ ਝੜ ਜਾਂਦੇ ਸਨ। ਉਸ ਦੀ ਛਾਂ ਦਾ ਅਨੰਦ ਮਾਨਣ ਵਾਲੇ ਅਨੇਕਾਂ ਸਨ ਪਰ ਉਹ ਸਾਡੀ ਸਾਰੀ ਫ਼ਸਲ ਮਿੱਧ ਜਾਂਦੇ ਸਨ। ਇਸ ਦਰਖ਼ਤ ਦੇ ਥੱਲੇ ਤਾਂ ਇੱਕ ਡਾਲ ਵੀ ਨਹੀਂ ਸੀ ਉਗਦਾ। ਕਣਕ ਬੀਜੋ ਤਾਂ ਕਣਕ ਨਹੀਂ ਸੀ ਉਗਦੀ, ਮਕਈ ਬੀਜੋ ਤਾਂ ਮਕਈ ਨਹੀਂ ਸੀ ਉਗਦੀ, ਕਮਾਦ ਬੀਜੋ ਤਾਂ ਕਮਾਦ ਨਹੀਂ ਸੀ ਉਗਦਾ। ਅੰਬ ਦੇ ਬੂਟੇ ਉਗਦਿਆਂ ਸਾਰ ਹੀ ਮੁਰਝਾ ਜਾਂਦੇ ਸਨ। ਪਿਤਾ ਜੀ ਨੇ ਕਈ ਵਾਰ ਇਸ ਦਰਖ਼ਤ ਨੂੰ ਪੁੱਟ ਦੇਣ ਦਾ ਮਨ ਬਣਾਇਆ ਪਰ ਉਹਨਾਂ ਨੂੰ ਇਹੋ ਖ਼ਿਆਲ ਆਉਂਦਾ ਕਿ ਸ਼ਾਇਦ ਇਸ ਦੀ ਛਾਂ ਦੀ ਠੰਡ ਮਾਨਣ ਵਾਲੇ ਸਾਡੀ ਫ਼ਸਲ ਖ਼ਰਾਬ ਕਰਨੋਂ ਹਟ ਜਾਣ। ਇੱਕ ਵਾਰ ਐਸੀ ਹਨੇਰੀ ਆਈ ਕਿ ਦਰਖ਼ਤ ਆਪਣੇ ਆਪ ਹੀ ਡਿਗ ਪਿਆ। ਜਦੋਂ ਕੋਈ ਵੱਡਾ ਦਰਖ਼ਤ ਡਿਗਦਾ ਹੈ ਤਾਂ ਉਸ ਦੇ ਥੱਲੇ ਵਾਲੀ ਧਰਤੀ ਹਿਲਦੀ ਤਾਂ ਹੁੰਦੀ ਹੀ ਹੈ। ਨਿੱਕੇ ਮੋਟੇ ਸੈਂਕੜੇ ਬੂਟੇ ਮਿੱਟੀ ਥੱਲੇ ਦਬ ਕੇ ਤਬਾਹ ਹੋ ਗਏ। ਉਸ ਦੇ ਨੇੜੇ ਉਹੋ ਜਿਹਾ ਇੱਕ ਹੋਰ ਦਰਖ਼ਤ ਇੱਕ ਦਮ ਵੱਡਾ ਹੋ ਗਿਆ। ਆਉਂਦੇ ਜਾਂਦੇ ਰਾਹੀ ਉਹਦੀ ਛਾਂ ਥੱਲੇ ਆਉਣੇ ਸ਼ੁਰੂ ਹੋ ਗਏ ਅਤੇ ਸਾਡੀ ਫ਼ਸਲ ਦਾ ਹੋਰ ਵੀ ਬੁਰਾ ਹਾਲ ਹੋ ਗਿਆ। ਲਾਗਲੇ ਖੇਤਾਂ ਵਾਲਿਆਂ ਵਿੱਚੋਂ ਕਿਸੇ ਦੁਖੀ ਕਿਰਸਾਨ ਨੇ ਉਸ ਦਰਖ਼ਤ ਨੂੰ ਕੱਟ ਦਿੱਤਾ। ਉਹਦੇ ਕੱਟੇ ਜਾਣ ਨਾਲ ਉਸ ਦੇ ਥੱਲੇ ਵਾਲੀ ਮਿੱਟੀ ਨਾ ਹਿੱਲੀ ਤੇ ਨਾ ਹੀ ਫ਼ਸਲ ਦਾ ਕੋਈ ਨੁਕਸਾਨ ਹੋਇਆ। ਹੁਣ ਸਾਡੇ ਖੇਤਾਂ ਵਿੱਚ ਫੇਰ ਬਹਾਰ ਤਾਂ ਆ ਗਈ ਹੈ। ਕਈ ਨਵੇਂ ਨਵੇਂ ਬੂਟੇ ਉਗ ਪਏ ਹਨ। ਫ਼ਸਲ ਵੀ ਹੋਣ ਲੱਗ ਪਈ ਹੈ ਪਰ ਉਜਾੜਾ ਕਰਨ ਵਾਲੇ ਅਜੇ ਵੀ ਆ ਜਾਂਦੇ ਹਨ। ਇਹ ਪਹਿਲਾਂ ਵਾਲੇ ਨਹੀਂ ਪਰ ਉਹਨਾਂ ਵਰਗੇ ਹੀ ਲੱਗਦੇ ਹਨ। ਸਾਨੂੰ ਪਹਿਲਾਂ ਵਰਗੇ ਦਰਖ਼ਤ ਲਗਾਉਣ ਦੀ ਸਲਾਹ ਵੀ ਦਿੰਦੇ ਹਨ। ਪਰ ਅਸੀ ਨਾਂਹ ਵਿੱਚ ਜਵਾਬ ਦੇ ਦਿੰਦੇ ਹਾਂ।

ਪਾਠ – ੩੧
ਪਿਤਾ ਜੀ ਦੀ ਗਵਾਂਢੀ ਨਾਲ ਗੱਲ-ਬਾਤ

ਗਵਾਂਢੀ – ਸਰਦਾਰ ਜੀ, ਸਤਿਸ੍ਰੀਅਕਾਲ।

ਪਿਤਾ ਜੀ– ਸਤਿਸ੍ਰੀਅਕਾਲ ਜੀ, ਆਓ ਅੰਦਰ ਲੰਘ ਆਓ।

ਗਵਾਂਢੀ – ਇਕ ਬੇਨਤੀ ਹੈ, ਇੱਥੇ ਹੀ ਕਰ ਲਵਾਂ ?

ਪਿਤਾ ਜੀ – ਹੁਕਮ ਕਰੋ ਜੀ।

ਗਵਾਂਢੀ – ਤੁਹਾਡੇ ਬਗੀਚੇ ਵਿਚਲਾ ਸਰੂ ਬਹੁਤ ਵੱਡਾ ਹੋ ਗਿਆ ਹੈ।

ਪਿਤਾ ਜੀ – ਹਾਂ ਜੀ, ਬਹੁਤ ਸੁਹਣਾ ਲਗਦਾ ਹੈ, ਹੈ ਨਾ?

ਗਵਾਂਢੀ – (ਹੱਸ ਕੇ) ਪਰ ਕੱਟੇ ਨੂੰ ਮਣ ਦੁੱਧ ਦਾ ਕੀ ਭਾਅ ?

ਪਿਤਾ ਜੀ – ਕੀ ਮਤਲਬ? ਮੈਂ ਸਮਝਿਆ ਨਹੀਂ।

ਗਵਾਂਢੀ – ਦੇਖੋ ਜੀ, ਸਾਰਾ ਦਿਨ ਠੰਡੀ ਛਾਂ ਰਹਿੰਦੀ ਹੈ। ਧੁੱਪ ਤਾਂ ਸਾਡੇ ਬਗੀਚੇ
            ਵਿੱਚ ਆਉਂਦੀ ਹੀ ਨਹੀਂ। ਜੇ ਇਹ ਪੰਜਾਬ ਹੁੰਦਾ ਤਾਂ ਹੋਰ ਗੱਲ ਸੀ।

ਪਿਤਾ ਜੀ – ਗੱਲ ਤਾਂ ਤੁਹਾਡੀ ਠੀਕ ਐ ਜੀ, ਮੈਂ ਇਸ ਨੂੰ ਕਟਵਾ ਦਿਆਂਗਾ।

ਗਵਾਂਢੀ – ਆਪ ਜੀ ਦੀ ਬਹੁਤ ਬਹੁਤ ਮਿਹਰਬਾਨੀ ਹੋਵੇਗੀ।

ਪਿਤਾ ਜੀ – ਐਸੀ ਕੋਈ ਗੱਲ ਨਹੀਂ, ਆਪਾਂ ਗਵਾਂਢੀਆਂ ਨੂੰ ਨਾਰਾਜ਼ ਥੋੜੀ ਕਰਨੈ।

ਗਵਾਂਢੀ – ਤੁਸੀਂ ਬਹੁਤ ਚੰਗੇ ਹੋ ਜੀ, ਸਾਡੇ ਲਈ ਕੋਈ ਸੇਵਾ ਹੋਵੇ ਤਾਂ ਦੱਸਣਾ।

ਪਿਤਾ ਜੀ – ਜ਼ਰੂਰ ਦੱਸਾਂ ਗੇ ਜੀ।

ਗਵਾਂਢੀ – ਅੱਛਾ ਜੀ, ਸਤਿਸ੍ਰੀਅਕਾਲ।

ਪਿਤਾ ਜੀ – ਸਤਿਸ੍ਰੀਅਕਾਲ ਜੀ।

Exercise:- 1. Work in pairs to act out the dialogue you have read.
         2. Try to read page 47 within 5 minutes.
         3. Translate the following into Panjabi:-
            a) Please come in.
            b) It looks beautiful, doesn't it?
            c) What do you mean?
            d) I couldn't understand it.
            e) I should be very grateful to you.
            f) We do not want to displease our neighbours.
            g) You are very nice.
            h) Please tell me if I could help you.
         4. Draw pictures depicting a big tree and a small tree on a windy day.

ਪਾਠ - ੩੨

ਲਗਾਂ (Vowel Symbols)

Mukta (ਮੁਕਤਾ)		No sign equals e in her or o in son	ਘਰ, ਫਲ
Kannaa (ਕੰਨਾ)	ਾ	equals `a' in car or in father	ਹਾਰ, ਕਾਰ,
Sihaaree (ਸਿਹਾਰੀ)	ਿ	equals `i' in rich or in mill	ਸਿਰ, ਮਿਰਚ
Bihaaree (ਬਿਹਾਰੀ)	ੀ	equals `ee' in see or in meet	ਤੀਰ, ਦੀਵਾ
Aunkard (ਔਂਕੜ)	ੁ	equals `u' in put or in pull	ਫੁਲ, ਕੁੜੀ
Dulaenkard (ਦੁਲੈਂਕੜੇ)	ੂ	equals `oo' in boot or in pool	ਪੂਛ, ਸੂਰਜ
Laanv (ਲਾਂਵ)	ੇ	equals `ai' in rain or in mail	ਸੇਬ, ਮੇਜ਼
Dulaavaan (ਦੁਲਾਵਾਂ)	ੈ	equals `a' in bag or in match	ਬੈਗ, ਐਨਕ
Horda (ਹੋੜਾ)	ੋ	equals `o' in so or in more	ਮੋਰ, ਤੋਤਾ
Knaurdaa (ਕਨੌੜਾ)	ੌ	equals `au' in Kaur `o' or in hot	ਪੌੜੀ, ਫ਼ੌਜੀ

Nasal symbols

Tippee ਟਿੱਪੀ	ੰ	equals `n' in sung	ਦੰਦ, ਚੰਦ
Bindee ਬਿੰਦੀ	ਂ	equals `n' in paint	ਗੇਂਦ, ਕੈਂਚੀ

ਮੁਹਾਰਨੀ (MUHARNI)

ਅ	ਆ	ਇ	ਈ	ਉ	ਊ	ਏ	ਐ	ਓ	ਔ	ਅੰ	ਆਂ
ਸ	ਸਾ	ਸਿ	ਸੀ	ਸੁ	ਸੂ	ਸੇ	ਸੈ	ਸੋ	ਸੌ	ਸੰ	ਸਾਂ
ਹ	ਹਾ	ਹਿ	ਹੀ	ਹੁ	ਹੂ	ਹੇ	ਹੈ	ਹੋ	ਹੌ	ਹੰ	ਹਾਂ
ਕ	ਕਾ	ਕਿ	ਕੀ	ਕੁ	ਕੂ	ਕੇ	ਕੈ	ਕੋ	ਕੌ	ਕੰ	ਕਾਂ
ਖ	ਖਾ	ਖਿ	ਖੀ	ਖੁ	ਖੂ	ਖੇ	ਖੈ	ਖੋ	ਖੌ	ਖੰ	ਖਾਂ
ਗ	ਗਾ	ਗਿ	ਗੀ	ਗੁ	ਗੂ	ਗੇ	ਗੈ	ਗੋ	ਗੌ	ਗੰ	ਗਾਂ
ਘ	ਘਾ	ਘਿ	ਘੀ	ਘੁ	ਘੂ	ਘੇ	ਘੈ	ਘੋ	ਘੌ	ਘੰ	ਘਾਂ
ਚ	ਚਾ	ਚਿ	ਚੀ	ਚੁ	ਚੂ	ਚੇ	ਚੈ	ਚੋ	ਚੌ	ਚੰ	ਚਾਂ
ਛ	ਛਾ	ਛਿ	ਛੀ	ਛੁ	ਛੂ	ਛੇ	ਛੈ	ਛੋ	ਛੌ	ਛੰ	ਛਾਂ
ਜ	ਜਾ	ਜਿ	ਜੀ	ਜੁ	ਜੂ	ਜੇ	ਜੈ	ਜੋ	ਜੌ	ਜੰ	ਜਾਂ
ਝ	ਝਾ	ਝਿ	ਝੀ	ਝੁ	ਝੂ	ਝੇ	ਝੈ	ਝੋ	ਝੌ	ਝੰ	ਝਾਂ
ਟ	ਟਾ	ਟਿ	ਟੀ	ਟੁ	ਟੂ	ਟੇ	ਟੈ	ਟੋ	ਟੌ	ਟੰ	ਟਾਂ
ਠ	ਠਾ	ਠਿ	ਠੀ	ਠੁ	ਠੂ	ਠੇ	ਠੈ	ਠੋ	ਠੌ	ਠੰ	ਠਾਂ
ਡ	ਡਾ	ਡਿ	ਡੀ	ਡੁ	ਡੂ	ਡੇ	ਡੈ	ਡੋ	ਡੌ	ਡੰ	ਡਾਂ
ਢ	ਢਾ	ਢਿ	ਢੀ	ਢੁ	ਢੂ	ਢੇ	ਢੈ	ਢੋ	ਢੌ	ਢੰ	ਢਾਂ
ਣ	ਣਾ	ਣਿ	ਣੀ	ਣੁ	ਣੂ	ਣੇ	ਣੈ	ਣੋ	ਣੌ	ਣੰ	ਣਾਂ
ਤ	ਤਾ	ਤਿ	ਤੀ	ਤੁ	ਤੂ	ਤੇ	ਤੈ	ਤੋ	ਤੌ	ਤੰ	ਤਾਂ
ਥ	ਥਾ	ਥਿ	ਥੀ	ਥੁ	ਥੂ	ਥੇ	ਥੈ	ਥੋ	ਥੌ	ਥੰ	ਥਾਂ
ਦ	ਦਾ	ਦਿ	ਦੀ	ਦੁ	ਦੂ	ਦੇ	ਦੈ	ਦੋ	ਦੌ	ਦੰ	ਦਾਂ
ਧ	ਧਾ	ਧਿ	ਧੀ	ਧੁ	ਧੂ	ਧੇ	ਧੈ	ਧੋ	ਧੌ	ਧੰ	ਧਾਂ
ਨ	ਨਾ	ਨਿ	ਨੀ	ਨੁ	ਨੂ	ਨੇ	ਨੈ	ਨੋ	ਨੌ	ਨੰ	ਨਾਂ
ਪ	ਪਾ	ਪਿ	ਪੀ	ਪੁ	ਪੂ	ਪੇ	ਪੈ	ਪੋ	ਪੌ	ਪੰ	ਪਾਂ
ਫ	ਫਾ	ਫਿ	ਫੀ	ਫੁ	ਫੂ	ਫੇ	ਫੈ	ਫੋ	ਫੌ	ਫੰ	ਫਾਂ
ਬ	ਬਾ	ਬਿ	ਬੀ	ਬੁ	ਬੂ	ਬੇ	ਬੈ	ਬੋ	ਬੌ	ਬੰ	ਬਾਂ
ਭ	ਭਾ	ਭਿ	ਭੀ	ਭੁ	ਭੂ	ਭੇ	ਭੈ	ਭੋ	ਭੌ	ਭੰ	ਭਾਂ
ਮ	ਮਾ	ਮਿ	ਮੀ	ਮੁ	ਮੂ	ਮੇ	ਮੈ	ਮੋ	ਮੌ	ਮੰ	ਮਾਂ
ਯ	ਯਾ	ਯਿ	ਯੀ	ਯੁ	ਯੂ	ਯੇ	ਯੈ	ਯੋ	ਯੌ	ਯੰ	ਯਾਂ
ਰ	ਰਾ	ਰਿ	ਰੀ	ਰੁ	ਰੂ	ਰੇ	ਰੈ	ਰੋ	ਰੌ	ਰੰ	ਰਾਂ
ਲ	ਲਾ	ਲਿ	ਲੀ	ਲੁ	ਲੂ	ਲੇ	ਲੈ	ਲੋ	ਲੌ	ਲੰ	ਲਾਂ
ਵ	ਵਾ	ਵਿ	ਵੀ	ਵੁ	ਵੂ	ਵੇ	ਵੈ	ਵੋ	ਵੌ	ਵੰ	ਵਾਂ

DTF Publishers and Distributors
117 Soho Road, Handsworth, Birmingham B21 9ST, UK
Tel: 0121 515 1183, 551 7898 • Fax: 0121 554 2676
Email: info@dtfbooks.com
Internet: www.dtfbooks.com

© DTF

First Published 2004
Revised 2nd edition 2006

Printed in India